MFINYANZI AINGIA KASRI

SITI BINTI SAAD

Siti mtukufu
kwa makabila
Siti mkunjufu
kwa watu johala
Siti maarufu
kwa kula mahala

MFINYANZI AINGIA KASRI
Siti Binti Saad
Malkia wa Taarab

Nasra Mohamed Hilal

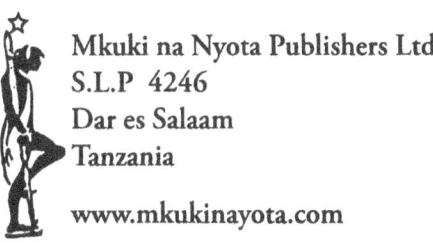

Mkuki na Nyota Publishers Ltd
S.L.P 4246
Dar es Salaam
Tanzania

www.mkukinayota.com

Kimechapishwa na:

Mkuki na Nyota Publishers
S.L.P 4246
Dar es Salaam
Tanzania

Pepe: editorial.uhariri@mkukinanyota.com
            contact@mkukinanyota.com
Tovuti: www.mkukinanyota.com

© Nasra M. Hilal, 2007

ISBN 978-9987-449-46-0

Haki zote zimehifadhiwa.

Yaliyomo

Dibaji ix

Shukurani xi

Maisha ya Kijijini 1

Mwanzo wa Bi. Mtumwa 3

Maisha ya Ndoa 5

Giza la Mtumwa 8

Ukurasa Mpya 11

Ndoto ya Mshabiki 13

Ahamia Mtoni 17

Siku ya Masiku 20

Rafiki Rika 23

Jaribio la Ushindi 26

Siti na Uimbaji 30

Nyimbo Zake 38

Ujumbe na Mafunzo ya Siti Binti Saad 49

Siti Alivyoitumikia Nchi Yake 88

Dibaji

Dunia ni njia kuu. Watu wote wanaipita na kuondoka, mwisho wake wakasahaulika. Lakini kuna wale ambao hawakusahaulika kwa sababu wameacha athari au alama zisizo futika zinazothibitisha kuwa waliwahi kuwapo na kupita juu ya njia hii ya duniani. Alama hizo zinatokana na mambo mema yenye manufaa kwa wale wanaokuja nyuma yao. Hayo ndiyo yaliyofanya wasisahaulike kuweko kwao.

Wengi miongoni mwa hao walioacha athari hizo ni wale waliotunukiwa na Mola wao vipaji maalum. Walikuwepo majemadari wa majeshi kama Mkwawa ambao kwa kutumia vipaji vyao waliweza kuziletea nchi zao ushindi, sifa, heshima na umaarufu.

Tusisahau pia walipita mashujaa wa dini mbalimbali waliopigania na kusimamisha itikadi za dini zao hadi kuleta heshima katika imani za dini hizo. Ni wengi na kwa hali mbalimbali; hawa wote hawawezi kusahaulika.

Wamewahi kuwepo watunzi wa vitabu, hadithi, riwaya, mashairi na tenzi ambazo hadi leo zinatolewa mfano. Hawa ni kina Shakespear, Shaaban Robert, Rashid Mauly na wengine kama Msellem bin Amran, ambaye alifika hadi kuushitaki umasikini kwa Mungu, aliposema

> *Ufakiri jambo zito*
> *Aliloumba manani*
> *Mkubwa huwa mtoto*
> *Na rijali huwa thori*
> *Asemalo kama ndoto*
> *Halimo kwenye shauri*

Walikuwapo waimbaji wa kutajika duniani kama vile Ummu Kulthum wa Misri, Bob Marley, na Siti bint Saad wa Zanzibar. Wote hao wanapotajwa sisi wenzi wao tulio hai miili hutusisimka, hupata raha na pumbao katika nafsi zetu.

Vipaji vyao, mbali ya kutustarehesha huwa vinatusaidia pia kutanabahisha kwamba maisha ya mwanadamu baada ya kufa kwake, husalia kuwa ni hadithi ya kusimuliwa. Kwa hali hiyo yafaa kila mmoja wetu ajitahidi katika uhai wake kufanya mema ya kumridhisha Mola wake na kuwaletea manufaa wanadamu, ili atakapo kufa pawe na masimulizi mema juu yake kwa wale watakao kuja kusimuliwa.

Mwisho tujiulize masimulizi hayo ya wenzetu yamepatikanaje? Hapana shaka yamepatikana katika vitabu vilivyoandikwa na waandishi. Wapo au walikuwepo wenzetu walioacha uvivu wakajitokeza kukusanya hadithi hizo na kuziandika ndipo nasi tukazijua.

Kwa hivyo mtunzi wa kitabu hiki anastahiki pongezi zetu za dhati kabisa. Kwani kama na yeye angalikunyata mikono yake kama tulivyokunyata yetu, hadithi hii ya Siti bint Saad isingejulikana. Lakini kuanzia sasa maisha na mambo mazuri yote ya "Nyota" huyu yameweza kujulikana. Kwa hiyo Bibi Nasra Bint Moh'd Hilal pokea pongezi za watu wa Visiwa vya Zanzibar, kama si wewe tungaliendelea kubaki kizani kuhusiana na "Nyota" huyu. Siti binti Saad ni "taa" inayomulika upeo wetu, umahiri wetu na uwezo wetu katika kutangaza utamaduni wetu. Sina shaka mtunzi wa kitabu hiki amezingatia wosia wa wazee usemao:

"Kiandikwacho vitabuni milele husalia

Kihifadhiwacho kifuani kwa haraka hupotea."

[signature]
14/4/2006

Shukurani

Baada ya kuwasikia wasanii mbalimbali waliomwona, kumsikia na kumwiga Siti kwa uimbaji wake, na fikra alizozitangaza hadharani Mheshimiwa Rais mstaafu wa awamu ya pili, Mzee Ali Hassan Mwinyi, pale aliposema, "Zifuatilieni nyimbo za Mama Siti mzihuishe pamoja na ule uimbaji wake", nilitamani kujua zaidi kuhusu Binti huyu maarufu. Nikakitafuta na kukisoma kitabu cha marehemu Shabaan Robert juu ya wasifu wa Bi. Siti. Kitabu hicho kilinitia hamu na ushawasha zaidi wa kutaka kumjua ni nani Siti.

Vyote hivyo kwa pamoja vilinifanya nisiweze tena kupata usingizi wala kusita, ila nizame na kumtafuta ni nani Siti, ukweli wa matendo yake ni upi, na kwa nini Siti. Nilipenyapenya katika kila tundu lililokuwa limeachwa wazi na kuchimbua.

Naam! Kweli niliweza kuisadikishia nafsi yangu kuwa mwanamke huyu alikuwa mtu wa ajabu, kama alivyonieleza Bwana Issa Barwani, mtu mmoja ambaye aliyeniongoza sana katika kufatilia na kutafiti habari za Siti.

Bw. Issa, kwa kiasi kikubwa, alinisaidia kunitegulia vitendawili vyangu vingi juu ya Bibi huyu, na alifika hadi kunionyesha chumba ambacho Mama Siti alikuwa akifundishwa kusoma Kurani. Kazi hii ilifanywa ili kumrekebisha ulimi wake uweze kutamka matamshi ya Kiarabu kwa ufasaha. Hiyo ilikuwa ni siri mojawapo iliyoweza kumfikisha mbali mama huyu. Bw. Issa alinionesha jengo ambalo, kwa wakati huo, lilikuwa kama klabu ya Bi. Siti kwenye Mtaa wa Vuga mjini Unguja.

Mtu mwingine ambaye lazima nimpe shukurani zangu ni Maalim Iddi Abdulla Farhan, ambaye ni msanii mkubwa wa sanaa ya muziki, hasa wa taarabuu, ila pia alitoka katika ukoo wa sanaa ya uchoraji. Yeye alinionyesha na kunifahamisha mengi, hasa pale aliponielezea nini alifanya Mama Siti huko kwenye kasri la mjini wakati alipokuwa anakwenda kuwafurahisha ahli baraza la Malkia Maatuka binti Ali Bin Hamoud. Maalim Iddi Farhan alinambia kuwa yeye alikulia katika jumba hilo na alimfahamu sana Mama Siti na kumjua hasa, kwani alikumbuka vizuri jinsi alivyokuwa akimpokea Bi. Siti huko kwenye kasri ya Kibweni na kusaidia kumshika mkono mmoja wa wapigaji wake ambaye aliwahi kuugua ndui hapo zamani na kupoteza uwezo wake wa kuona.

Lazima pia kuishukuru familia ya Bi. Siti kwa kunipa msaada mzuri. Walikuwa tayari wakati wowote kushirikiana na mimi kwa kunipa maelezo na maelekezo, hasa Bi. Mharami binti Saad na Bi. Baya binti Saad. Wapo wengi wengine, lakini jirani yake, Bi. Chausiku, siwezi kumwacha nyuma. Bi. Chausiku alikuwa jirani mwema na wakaribu wa Bi. Siti, na alinipa hadithi nyingi za maisha ya huyu mama.

Mheshimiwa Rais Mstaafu wa awamu ya pili, Ali Hassan Mwinyi, ambaye, wakati huo, alikuwa Rais wa Tanzania, alinisaidia sana kwa kunieleza na kunitofautishia kati ya uimbaji wa Bi. Siti na waimbaji wengine. Alinitafsiria baadhi ya maneno yaliyomo katika nyimbo zinazoelezewa humu. Hata nyingine alijaribu kuniimbia.

Namshukuru Mwenyezi Mungu kwa kunijaalia wakati wa utafiti wangu watu hao wote kuwa wangali hai, nikaweza kufaidika kuonana na kuongea nao, hadi leo naandika kijitabu hiki.

Sitakuwa mwenye heshima kama sikumshukuru na kumtaja rasmi msanii mahiri, marehemu Shaaban Robert, kwa kuchukua juhudi na kuandika kitabu juu ya wasifu wa Bi. Siti. Ingawa, kama alivyosema, hakuwa na mengi kwani hakuwahi kumuuliza Siti masuala ambayo yalimkwama, yakamkereketa na kumpa kiu kubwa kooni ambayo hakujua nani angempata wa kumnywesha hadi kuikatisha kiu hiyo.

Lakini, kwa njia moja au nyingine, marehemu Shabaan Robert alifanya wajibu wa kulitekeleza jukumu lake. Nasi wasanii sote wa aina zote, ni wajibu wetu kumshukuru na kumpongeza. Bila ya yeye kukamata kalamu yake yenye busara na hekima na kuandika kitabu hicho ambacho leo kimekuwa cheche ya moto juu ya petroli iliyozikwa, basi moto wa kumtambua Siti usingewaka abadan. Alitugutusha na tukakurupuka na bado tuko njiani kujitahidi kufuata nyayo zake bwana huyu. Mimi kwa niaba ya wasomaji wa kitabu changu hiki sina budi kutoa shukurani sana kwa Marehemu Shabaan Robert, aliyekuwa gwiji wa usanii huu.

Maisha ya Kijijini

Hadithi yoyote ile, ya tukio la kweli au la kubuni, huanza na "Paukwa pakawa! Mwanangu Mwanasiti! Kijino kama chikichi! Kama kijiwe zama kama kibuyu elea! Hapo zamani za kale…," kulitokea hili na hili au lile. Maneno hayo yanathibitisha ukweli usiokatalika wala kupingika, kuwa haiwezekani kusimulia jambo kabla halijatendeka. Kama ni utawala, basi umeshatoweka katika zama zake; kama ni nyumba, basi imeshabakia gofu tu; kama mti, nao umebaki jina midomoni tu kuwa ulikuwapo. Hayo huwa kwa yeyote, awe mwema au muovu, hubakia kutajwa kwa masimulizi kutoka kwa wale walioonja uhai wa jambo hilo.

Ni kweli hadithi hizi husimuliwa na wale walioyaona. Katika kubakiwa na mawazo ya picha za zama za maisha hayo, zilizokuwamo vichwani mwao, hapo ndipo husimulia kwa namna anavyoijua yeye kuwa ni sawa. Bila shaka, kila mmoja hutoa ile picha aliyoiona, kuiamini na kuielewa. Ni kawaida ya mwanadamu kusimulia yaliyompitia kwa kukumbusha kuwa alikuwepo fulani na alikuwa hivi na vile; na pia kwa wale wanaosimuliwa kuwa na hamu ya kutaka kujua zaidi. Hapo ndipo hutokea wale wanaovutiwa kutafuta ukweli au kupata uthibitisho wa matukio hayo: yalikuwa wakati gani, wapi, vipi na mwisho wake ulikuwa nini? Kwa njia hii, masimulizi ya mambo ya kale, pamoja na kumbukumbu za waliokuwepo, huhifadhiwa na huweza kufahamika.

Lakini, baada ya muda mrefu, matukio haya hubaki kuwa simulizi za hadithi tu. Ukweli na uongo huchanganywa na kuwa kitu kimoja. Haya ndiyo husababisha hadithi moja kuwa na ncha saba. Ili kugundua ukweli wa simulizi hizo, utakaopimika na kukubalika, wataalamu wanaokusanya mambo ya kale hufanya uchunguzi wa kina kwa kutumia vigezo vizito. Huchambua na kuunganisha simulizi hizo ili kupata kitu kinachoeleweka. Hadithi za maisha, tofauti na zile za kubuni, hutegemea namna mtafiti au msimulizi alivyoyakusanya matukio hayo kutokana na upeo na uzoefu wake. Ukweli, mara nyingi, baada ya muda kupita, hufifia, hupotea na pengine hutoweka kabisa.

Historia za watu wengi, zenye kuvutia na kusisimua, na pengine zenye fundisho muhimu, zimetoweka kwa kukosa kunukuliwa na kuhifadhiwa vilivyo, na hivyo kutosomwa wala kutambulika. Hususan zile zinazowahusu wanawake. Labda ziwe zenye kashfa au ukatili, hayo husimuliwa na kuelezwa kikamilifu.

Lakini, kwa wale mashujaa, wale wachumi wenye huruma au ukakamavu na wenye kuvuka viwango vya utukufu kwa nguvu za jitihada zao, hao katu hawatajwi wala habari zao kusimuliwa. Huwachwa kupotea na kusahaulika kama kwamba hawakuwepo.

Hadithi yenye maisha ya kusisimua na ya kupigiwa mfano, ambayo hayajawahi kutokea kabla ya hapo, ni ya mwanamke ambaye kamwe hatajwi kikamilifu, wala ushujaa wake wa kuvuka vikwazo vilivyoonekana vizito. Mwanamke ambaye alifanya kazi kubwa ya kukata minyororo ya kudhalilishwa kwa wanawake. Mwanamke aliyoijenga lugha yetu ya Kiswahili, kuifunza jamii maadili, na kuzungumza dhidi ya rushwa na udokozi wa mali ya Serikali na mengi mengine. Ni mwanamke wa kwanza wa Afrika Mashariki kusikika kwa nyimbo zake zenye utamu na hadhi hadi hii leo. Mwanamke huyo si mwingine bali Bi. Mtumwa. Mwanamke aliyeishi kwa majina mawili katika vipindi viwili tofauti katika maisha yake.

Mwanzo wa Bi. Mtumwa

Bi. Mtumwa alizaliwa katika kiambo cha Kidutani, kiambo kilichopo huko Fumba, kijiji ambacho kiko nje kidogo Kusini mwa mji wa Zanzibar kwa umbali wa maili 4. Fumba, tangu enzi za kale hadi hivi sasa, kunasifika sana kwa wanawake maarufu wa ufundi stadi wa sanaa ya ufinyanzi wa vyungu mwanana, visivyo na dosari. Hata hivyo, walikuwa pia wakulima, wafugaji, wasusi, wafumaji na hodari sana wa kupakasa makuti. Kwa ufupi, walikuwa wasanii wazuri wa sanaa mbalimbali.

Mnamo Karne ya 19, katika jamii iliyokuwapo hapo Fumba, kulikuwa na mzee mmoja aliyeitwa Bwana Saad bin Mussa. Bwana huyu alikuwa Mnyamwezi na mkewe, Bi. Mrashi, mwanamama wa Kizigua. Wazazi hao walibahatika kupata mabinti watatu, nao ni Mharami, Mtumwa na Baya. Huo ulikuwa ukoo ya Bw. Saad.

Kazi ya ufinyanzi ni mojawapo ya kazi za usanii zinazohitaji ujuzi na uwezo wa aina yake. Kuanzia uchimbaji wa udongo, upondaji, ufinyanzi wenyewe, hadi kazi ya uchomaji ambayo huhitaji umakini mkubwa, haswa wakati wa kuvitoa kwenye moto ili visiwe na ufa au athari yoyote. Kutokana na uzoefu mkubwa uliohitajika kufanya kazi hii, wasichana walianza kujifunza na kuzoweshwa na wazazi wao tangu wangali wadogo. Umuhimu wa kuwapa wasichana urithi bora wa kazi hii ya enzi za tangu na tangu, inayorithiwa kizazi baada ya kizazi, uliwafanya wachukuliwe mafunzo kikamilifu, hatua kwa hatua.

Bila shaka, Mharami, Mtumwa na Baya pia waliyapata mafunzo hayo ya kijadi. Lakini Mtumwa, tangu mapema, kazi hii ilionekana kumpa taabu sana. Kadiri alivyojitahidi, bado ilimpeleka mbwata. Hali hii ilimfanya Mtumwa ashiriki tu katika kubeba udongo kutoka kwenye machimbo, kuchota maji kwa ajili ya kupondea udongo na kwenye uchomaji wa vyungu. Kazi zingine, kama za kilimo, ususi wa makuti na ukili, ushonaji wa kofia, na kazi za nyumbani, ndizo zilikuwa rahisi kwake. Jambo la kujifunza kusoma na kuandika kwa wakati huo halikutambuliwa kabisa na vizazi vya mjini, sembuse kijijini, na hasa kwa mtoto wa kike. Mila na desturi kwa wakati huo zilikuwa kwa mtoto wa kike kufunzwa adabu na heshima kwa wakubwa. Mtoto wa kike alisubiri kupata mchumba ambaye alibidi kwenda kumtumikia, kumsaidia kazi za kuzalisha pato katika nyumba yake, na, kubwa zaidi, kumzalia watoto na kuwalea.

Kutokana na hilo, kila mzazi, hasa mwenye mtoto wa kike, alikuwa akihesabu kwa umakini miaka kwa kutamani riziki itokee haraka ili mwanae aje kushikwa mkono na kuondolewa kwake juu ya mbuzi kwa kumfuata mume. Bahati hiyo ilisadifia katika nyumba ya Bw. Saad mara tu baada ya Mtumwa kuvunja ungo. Mchumba alikuwa yupo tayari mlangoni anasubiri apewe mkewe. Hali hii iliwafanya wazazi wa watoto hawa kushusha pumzi kwa kuona sasa na wao watajisikia kwa kuwa watoto wao wote wako kwa waume zao.

Maisha ya Ndoa

Mtumwa alikuwa binti wa pili wa Bw. Saad. Alizaliwa mnamo mwaka 1870, mwaka ambao huko mjini Zanzibar Mfalme Barghash bin Said alianzisha kikundi cha muziki wa taarabu katika kasri lake la kifalme la Beit el Ajaib. Mji wote ulikuwa umejawa na washabiki wenye kupenda muziki na nyimbo za taarabu. Sadfa hiyo ilikuwa inatoa ishara ambayo kwa wakati huo bishara (kubashiri) yake hiyo haikuweza kutambulika. Kilikuwa kitendawili kilichojificha kabisa kwenye upeo wa fikra na macho ya mwanaadamu.

Kule Fumba, Bi. Mtumwa, baada ya kukua na kuolewa, hakuchukua muda kabla ya kujaaliwa bahati ya kupata ujauzito. Alijifungua mtoto wa kike, kwa jina Maryam binti Rajab, ila utotoni aliitwa Kijakazi. Itikadi za wazee wa asili kupata mtoto wa kike kufungua dimba ni baraka kubwa kwa wazazi, kwa hiyo furaha ilikuwa kwa baba, mama, mabibi na babu wote. Mtumwa alimlea mwanae kwa mila zote za kijijini. Hali hii ilimfanya asiweze kumudu kufanya kazi za kumsaidia mumewe katika kuongeza kipato ndani ya nyumba. Hili lilisababisha wasielewane na kuleta mvutano nyumbani. Bwana Rajab akafikia uamuzi kwamba mwanamke huyu hana faida tena kwake.

Akawa akitoka asubuhi, harudi hadi usiku, na pengine akirudi kesha kula kashiba huko atokako. Alikuwa hajali huku nyuma mkewe kawaje na mwanawe, ilhali alikuwa anajua kuwa ana mtoto mwenye kunyonya. Endapo Mtumwa, arudipo mumewe, atauliza kisa cha bwana kukawia, basi atapata jibu la kuatilisha moyo: "Wewe umwanamke gani? Jifunze kutoka kwa wanawake wenzio uweze kuidhibiti na kuitawala nyumba yako! Wewe saa zote uko na mwanao tu! Wape nafasi wanawake wenzako waliokuzidi maarifa watawale!" Dhiki ya maneno makali, ukosefu wa chakula, matunzo na matumizi yalimdhoofisha sana Mtumwa, zaidi kwa ajili ya mwanawe. Hali ilizidi kuwa mbaya siku hadi siku.

Siku moja asubuhi, baada ya kumtayarishia mumewe kifungua kinywa kama kawaida na kusafisha nyumba, Mtumwa alikuwa uwani anamaliza kumwogesha mwanawe ili na yeye ajitayarishe kupata cha moto kuchoma michango na kisha aendelee na kazi zake za nyumbani. Ghafla, alishtushwa na Bwana Rajabu mara alipomtokea na kumtaka atoke aende kwao na mwanawe. Mtumwa hakuwa na la kusema, ila alifungafunga vitu vyake, akamtia mwanawe mgongoni, na kutoka bila hata kufungua kinywa. Jua likiwa linachomoza, aliingia kiamboni kwao na kukuta wanawake wanashughulika kuponda udongo tayari kwa kazi ya ufinyanzi.

Mtumwa alipokewa na shangazi yake ambaye alishtuka kumwona bintie katika hali ile ya majonzi na masikitiko. Kwa dhiki aliyokuwa nayo moyoni mwake, Mtumwa hakuweza tena kuvumilia, bali aliangua kilio na kulia kwa hasira na uchungu hadi mwili mzima kutetemeka na kichwa kuuma. Kisha, alimhadithia shangazi yake yote yaliyomsibu. Alipomaliza, shangazi alimnyamazisha kwa upole na kumnasihi. Alimshauri awe na subira, apumzike pale na mwanawe kwa muda mpaka pale wazee watakapoyafuatilia mambo hayo na kuyafikia uamuzi.

Siku zilipita, na ufumbuzi uliopatikana ulikuwa kwamba Mtumwa kaachika, yuko kiamboni na mwanawe na hana la kufanya. Ndipo shangazi alimshauri afuatane na wanawake wenzake wa kijijini wanaopeleka vyungu mjini kuuza sokoni ili awe anapata chochote kitakachomsaidia kwa matumizi ya lazima yake na ya mwanae. Mtumwa aliupokea ushauri huu na akaanza kazi yake hiyo. Mnamo alfajiri ya kiza, walikuwa wanajitwika vyungu vyao ndani ya vyano na kuelekea mjini kwa miguu. Walikuwa wanatembea kilomita 4 asubuhi kuelekea mjini na kilomita 4 jioni kurudi nyumbani. Kweli kazi hii ilimpa maliwazo ya kujikonga moyo na kuweza kupata mahitaji yake alau ya lazima.

Katika biashara yao, kulikuwa na siku ambazo Mtumwa na wenzake waliviuza vyungu vyao vyote, tena kwa jumla, kwa wale wanaoweka ghalani kwa kuviuza baadaye. Lakini, kama kawaida ya biashara, kuna siku ambazo jua huwa kali, yaani biashara huwa hakuna, na wanaweza kurudi na zigo lao lote nyumbani bila kuuza hata chungu kimoja. Kwa wale ambao vyungu ni vyao, hilo nalo haliwi tatizo kwani ujira wao hautegemei kwa kuviuza tu, kwa hiyo hawapati hasara kubwa na huweza hata kuviuza kiambo cha pili. Lakini kwa mtu kama Mtumwa, ambaye vyungu havikuwa vya kwake, alikuwa anakula hasara ya kazi, mshahara jasho. Hata hivyo, alipinda mgongo na kujipa moyo kuwa ndio hali ya biashara, mara hivi, mara vile, na hauchi hauchi hucha, kidogokidogo maisha yanakwenda.

Aliendelea na kazi hii bila kusita kwa muda mrefu, hadi kuridhika kuwa sasa yeye ni muuza vyungu. Alau sasa anapata faraja kwa maisha yake na kidogo akajisikia kupumua na kupata ahueni. Lakini, pamoja na hayo, unyonge wa mawazo yenye kutamani kuona mwangaza wa maisha yake ya usoni yalimtawala na kumtia ukiwa. Ustahi na upole aliojifunza kutoka kwa wazazi wake tokea utotoni vilichangia kumtenga na jamii yake ya kiamboni, kwani alikuwa saa zote peke yake na ushungi wake, akiwa ameinamisha kichwa au macho chini wakati wote hata kama kabeba mzigo wa kuni au mtungi wa maji kutoka kisimani. Hiyo ilikuwa tabia aliyojikweza nayo na ikamvaa. Pengine labda ilizidi kutokana na mikosi iliyomkuta.

Giza la Mtumwa

Kadiri Mtumwa alivyotaka awe mfinyazi, ndivyo vidole vyake vilishindwa hata kuelekeza udongo na udongo nao ulimkataa kabisa mikononi. Suala la kwa nini asiweze kufinyanga alijiuliza kila siku, lakini kichwa chake kilishindwa kabisa kumpatia jibu. Alibakia kunung'unika tu mwenyewe na kujiuliza kuhusu ule usemi wa Mwana wa Muhunzi, "Kama hakufua, hufukuta." Giza kubwa lililojiviringa kwa shari na kuizunguka nyota ya Mtumwa lilimkumba na pengine kuuficha ukweli wa nyota yake.

Giza hilo lilimletea misiba juu ya misiba, mikosi juu ya mikosi. Ilitokea siku moja, alfajiri ya kiza, wakati wa muongo wa mvua za masika, ambapo Mtumwa na wenzake, baada ya kuona kumefanya mkesha wa mvua na mingurumo kupungua, walianza safari yao ya mjini ya kuuza vyungu. Walipita njia ileile wanayoipita kila siku. Lakini leo, Mtumwa, akiwa na mwendo wake uleule wa madaha ya umbile, giza hilo lilimcheza shere na kumletea uchuro na masimango pale, ghafla, mwanamke mtu mzima alipoteleza na kuanguka chini. Vyungu vyake vyote vikavunjika vipandevipande.

Looh!! Mtumwa alikodolea macho masalio ya vile vyungu. Vyungu havikuwa vya kwake na hakuweza kufinyanga hata mkungu wa tanu. Hakuwa na la kufanya bali kurudi nyumbani mikono mitupu. Kweli, kila lenye mwanzo halikosi kuwa na mwisho, na huu ulikuwa ndio mwisho wa Mtumwa kuwa muuzaji vyungu. Shangazi yake alilichukulia mkasa huo kama nuhusi kwa mwanawe Mtumwa. Hakuwa na la kusema ila alimsubiria Mtumwa na hakuchoka kumpa maliwaza.

Tukio hili lilimfanya Mtumwa awaze sana juu ya maisha ya mwanawe Kijakazi. Alichelea kuwa yasimkute mwanawe haya yanayomtimba yeye. Nani atamfunza mwanawe kazi hii ya urithi ya jadi ambayo ndio uti wa mgongo wa maisha ya wanawake wote hapo kijijini? Ulikuwa ni wajibu wa kila mama hapo kijijini kumfunza mwanawe kazi hiyo, alijiona ameshindwa kabisa katika jukumu lake hili akiwa mzazi. Binti yake atafunzwa na nani? Ni suala hilo ndilo lilimfanya amwombe shangazi yake amsaidie, atumie juhudi zote kumfunza mwanawe huyo kazi zote zinazohusiana na ufinyanzi mapema ili angalau afanikiwe kupata urithi huo kwani Kijakazi alikuwa sasa kigori anayekaribia umri wa miaka tisa.

Baada ya kadhia ile, hali ya maisha ya Mtumwa ilizidi kuwa ya shida na unyonge. Hakuwa na budi sasa ila kujitumbukiza kwa hali na mali katika zile kazi alizoziweza. Ikawa sasa, wakati wake wote, kama hayupo shambani analima, basi alikuwa machungani au ndani ana ukili au anashona kofia, aliona bila kujishughulisha hivyo, hakuwa na uwezo wa kuyamudu maisha hayo yaliyomkabili.

Katika wakati huohuo, kulikuwa na shughuli za kijadi za vyungu vya wazee. Huu ulikuwa wakati wa kuwakumbuka wazee waliofariki. Hitima na sadaka zilikuwa zimesaki kila kipembe hapo kiamboni. Ni kawaida wakati huo pia kwa vijana wengi wanaoishi mjini kuwatembelea wazee wao kijijini na kuhudhuria kwenye hitima na kuomboleza kwa kuwaombea dua wale wazee wote waliofariki hapo.

Katika kutekeleza shughuli hiyo, kulikuwa na kijana mmoja wa makamo aliyekwenda kwenye ziara ya makaburi ya wazee wake, lakini pia alikuwa na nia ya kupata mchumba wa kuoa na kurudi naye mjini. Alipokuwa anatoka huko mjini, alikuwa tayari kamfikiri binti mmoja wa kumposa ambaye wazee wao walikuwa majirani hapo kiamboni. Kufika huko kiamboni, alikuta harusi ya huyo binti tayari ipo uwanjani na watu wameshaanza kula karamu. Mzee mmoja wa mtaani, ambaye alikuwa rafiki mkubwa wa wazee wa huyo kijana, alimfuata na kumshauri ni bora amwoe Mtumwa binti Saad. Alimweleza kwamba Mtumwa ameachika kwa mume, kwa hali ya maisha ya kazi za hapo, anaonekana ana shida, lakini ni mwanamke mtiifu asiye na wasiwasi.

Katika heshima ya mila za kijiji na viambo, ni kawaida ushauri wa busara wa mtu mzima kama huyo kutiwa maanani sana na mara nyingi kutovunjwa. Kwa hali hiyo, huyo kijana, Bw. Khamis, alikubali ushauri huo na akamwomba huyo mzee ampose mwanamke huyo ili aoe na kumchukua mkewe mjini. Bw. Khamis alikuwa anaishi mjini kwa sababu alikuwa anafanya kazi melini. Kwa hiyo alitaka mkewe awepo nyumbani kwake hapo mjini, alau wakati akiwa kwenye safari zake, nyumba isiwe tupu na anaporudi awe na mwenzake, kwani alikuwa amechoka ukapera.

Mtumwa akaolewa na kuchukuliwa mjini. Ilikuwa bila hiari yake. Hakupata kuwaza hata siku moja kuwa atayageuzia mgongo maisha yake ya kijijini, hasa pale kiamboni kwao alipopazoea kwa kila hali. Hakupenda kuwaacha wazee, ndugu, jamaa, na zaidi binti yake wa pekee, kijijini. Hakuvutiwa na mji kwa jambo lolote. Si uzuri wa majumba au wa hewa, bali alikuwa hana budi. Maisha ndiyo yalimwamulia hivyo. Lakini alitia nia ya kujaribu tena bahati yake katika maisha ya ndoa, kwa hiyo kwa moyo mkunjufu na kwa kuridhia, alimfuata mumewe mjini. Labda huko mjini maisha yatamnyookea na kumuendea sawa kama akina mama wenziwe.

Baada ya kumleta mkewe mjini, Bw. Khamis alimjulisha kwa jirani yake Bi. Kidawa, ambaye, kwanza, alikuwa karibu na nyumba yake na pili, aliona atamfaa kwa vile alikuwa ni bibi mtu mzima aliyeishi na vijukuu vyake viwili yatima. Mtumwa aliruhusiwa kwenda kwa Bi. Kidawa tu. Bw. Khamis alifanya hivyo kwa sababu keshauona mji na yaliyoko kwa majirani, kwa hivyo hakutaka kuwe na mashoga au majirani wa kuingia na kutoka, wakazua fitina, migongano na misutano, na kwa ujumla kufanya nyumba yake iwe mfano wa kituo cha polisi.

Ukurasa Mpya

Neema ya kila jambo ambalo mwanamke yeyote wa kimaskini kama yeye angetamani, basi sasa kwa Mtumwa halikukosekana. Chakula, nguo na mahitaji mengineyo mengi. Nyumba ilichichitiza kwa udi na tarabizuna na kung'ara kwa furaha, bashasha na urembo wa matamanio haya na yale. Maliwazo kwa mumewe hayakukosekana na Bw. Khamis aliridhika sana na maisha yake na vitendo vyema vyenye busara vya mkewe. Bi. Mtumwa naye sasa alijisikia kama yuko kwake. Mikono na miguu ilikuwa na hina na wanja kama bi harusi ndani ya fungate. Wanja wa kutona kipajini, kipini puani, vijongoo vilivyonyooka au ubehedani, mikufu, visumni, vigurudumu kichwani, karatasi zenye puleki masikioni, asumini na afu hazikukosekana chumbani, ifikapo jioni, kikuba cha mkadi shingoni. Mapenzi na huba viliunganisha ndoa yao. Wakawa raha mustarehe.

Bi. Mtumwa alipata msaada mzuri wa mawazo, maliwazo na mafunzo kwa jirani yake Bi. Kidawa. Ni kweli usiofichika kuwa mtu mzima dawa. Bi. Kidawa alimweka Mtumwa kama mwanawe na Mtumwa naye alijitupa kifuani mwa Bi. Kidawa kama mwana aliyefika kwa mama yake aliyepoteana naye kwa miaka.

Hali hii iliendelea kwa mwaka mzima wakati bwana alikuwa likizoni. Baada ya muda, ikabidi Bw. Khamis aagwe na mkewe kuelekea safarini baharini ambako huenda akawa huko kwa muda usiopungua mwaka au hata miwili. Ule uhondo wa utamu wa kuwa na mumewe kwa muda, ulimtoweka Mtumwa kwa ghafla, ukiwa ukaanza tena kumnyemelea. Ukiwa wa sasa ulimfanya kama mfungwa gerezani. Tukiacha zile nyakati ambazo Bi. Kidawa au wajukuu zake hupata nafasi ya kumtembelea, Mtumwa hakuwa na wa kuongea naye wala wa kumpa ushauri. Jumba lilianza kumwelemea. Mchana huona kiza kama usiku, na usiku hata akiwasha taa bado kiza. Ukimya ulitanda nyumba nzima, na sauti pekee zilizosikika zilikuwa pumzi zake na mapigo ya moyo wake tu.

Hali hii ilimfanya Mtumwa akumbuke kwao Fumba, wazee wake, mwanawe na jamii yake ya kiamboni. Kiambo kizima cha Kidutani sasa kikawa machoni mwake. Kila afumbapo na kufumbua macho, alikuona nyumbani kwao tu. Akawa anaimba nyimbo za kijijini kwa kujinung'unikia, akiwa jikoni anapika, anafua au anafagia. Baada ya masiku, akaona anaburudika kwa sauti yake hiyo na kujisikia raha kama yuko na jamaa zake hapo karibu. Akawa sasa anatafaraji kwa kupaaza sauti juu zaidi. Hakuhisi kama sauti yake ilikuwa ikifika hadi nje, bali alijiona anajipatia furaha na burudani ya kutosha. Kumbe kule nje, mtu mmoja mwenye utashi wa kuwa na mwimbaji wa kike wa Kiswahili, alikuwa akiisikia sauti hiyo na ilimtia ndoana na kumvuta hadi mbele ya mlango wa nyumba ya Bw. Khamis. Alibaki kimya akisikiliza, si maneno bali sauti. Mtumwa, bila kujua kwamba alikuwa na mshabiki, alitoa kicheko cha faraja alipomaliza hamu yake, kama kwamba alikuwa na mwenzake kule ndani.

Sauti ilipokatika, yule mshabiki alijikuta anatabasamu na kutikisa kichwa. Hakuwa na la kufanya kwa wakati huo isipokua kuondoka kwa mwendo wa kunyong'onyea. Kijana huyo aliweka tamaa rohoni na azma hasa ya kuifatilia sauti hiyo ili ajue ndege huyo ni nani. Ni binadamu au shetani? Anatokea wapi? Hapo amefika vipi? Na kubwa zaidi, anafanya nini humo? Siku zilipita na Bw. Ali bin Said, huyo mshabiki wa sauti ya Mtumwa, alijibanza vipenuni mwa nyumba na kutega sikio ili ainase tena ile sauti. Lakini kupata furaha ya moyo wake na chakula cha masikio tu haikutosheleza hamu yake, bali aliona lazima akitanzue kiza cha macho. Ndipo nguvu za hamu na shauku hiyo vilimtuma bila kujali wala kusita, ingawa aliandamwa na hofu, kubisha hodi kwenye tundu lenye ndege mwenye sauti ya maajabu. Mlango ulifunguliwa na sauti iliitikia hodi, lakini bado mwenye sauti hakuonekana.

Ndoto ya Mshabiki

Sasa mlango ulikuwa wazi na Bwana Ali bin Said alijikuta anatetemeka, mate yamemkauka kooni, na sababu hasa ya kubisha kwake hodi nyumba ya watu ilimruka. Alianza kwa kusitasita, huku akisafisha koo lake na kukunuta pua kama aliyepotewa na sauti na pumzi zote. Alijikuta anafungua mdomo wake na kuuinua ulimi wake mzito na kuanza kwa upole: "Msalkheri, kimwana." Bi. Mtumwa naye kwa sauti ya ndani akaitikia, "Msalkheri, bwana mdogo. Je, unasemaaje?" Bwana Ali alizidi kubabaika na kukosa la kusema huku akishusha pumzi kwa nguvu. "Ah! Nilichokifuata samahani, hata sijui nianze vipi, lakini naona nababaika tu." Alisita kidogo, kisha akarejea tena, "Ni sauti! Sauti! Sijui ni wewe ndiye uliyekuwa ukiimba? Samahani au… ?" Mtumwa alijibu kwa kumkatiza lakini bado kwa sauti ya chini, "Ndio mimi bwana. Samahani kama nimefanya kosa. Basi sitorejea tena, tafadhali nisamehe." Bwana Ali alimhakikishia kuwa halikuwa kosa bali yeye alivutiwa sana na sauti yake na alitaka kujua kama anashiriki katika vikundi vya nyimbo au taarabu. Bi. Mtumwa alimwambia hashiriki kwa sababu mumewe asingemruhusu kufanya hivyo. Bw. Ali aliondoka.

Roho ya bwana huyo kidogo ilipumbazika kwa kujua kuwa huyo mama anapenda kuimba, lakini ni mumewe asiyetaka. "Sawa, nitamrudia tena," alijisemea. Ni kweli ikawa sasa njia haioti magugu. Kila siku alikuwa kiguu na njia kuelekea kwa kidege chake. Bi. Mtumwa naye akaanza kumzoea na kukaa hasa kumsubiri kwa lengo la kuweza kuimba. Imani yake ilikuwa kwamba labda mumewe akirudi atafurahi na atamruhusu kujiunga na vikundi vya ngoma na nyimbo.

Kazi iliendelea tokea msikilizaji kuwa nje barazani na mwimbaji kuwa ndani, hadi mwisho msikilizaji alikaribishwa ndani. Hapakuwa na mazungumzo, bali mazoezi, kubadilishana mawazo na kuimba tu, si jingine. Bw. Ali alitambua kuwa Mtumwa hajui kusoma wala kuandika, lakini alishangaa kuona kwamba yale anayomwambia au vile vipande vya shairi anavyomghania, siku ya pili yake, Mtumwa alikuwa anavijua kana kwamba alivitoa kichwani mwake mwenyewe. Maajabu haya yalizidi kumpa Bw. Ali moyo kuwa huyu kweli ni mtu wa ajabu na wa kipekee. Akaamua kuwaelezea wenzake walioko kwenye klabu moja ya taarabu ambayo ilikuwa tayari imeanzishwa tokea 1905 na kujulikana kwa jina la Akhwani Safaa. Kwa wakati huo, ilikuwa tayari ina miaka mitano au sita pale mjini Zanzibar, watu tayari walikuwa wameshapata ladha ya muziki wa taarabu.

Kwa wakati huo pia, sahani za santuri kutoka Cairo-Misri zilikuwa zimeshaingia mjini na watu waliweza kuwasikia waimbaji wanawake kama kina Najat Saghira na Umm Kulthum wa Misri. Nyoyo za wapenzi wa ushabiki huu zikawa sasa zina matamaniyo makubwa na ndoto ya kupata mwanamke wa Kiunguja wa kuimba na tena kwa lugha ya Kiswahili. Bw. Ali, akiwa miongoni mwa wanamuziki mashuhuri wa wakati huo, aliona yeye kumpata Bi. Mtumwa kama kaokota almasi na akaona hapa alipoishika si pakupaacha kamwe. Iwe vyovyote iwavyo, aliona nyota hii ya jaha aitie mkononi, alau aweze kuridhisha nyoyo za wasanii wa midani hii ya taarabu.

Siku zilipita mithili ya umeta wa kuanzisha wingu la vuli. Meli ya msafiri ilitia nanga bandarini nyumbani Unguja. Shauku na ndoto za Bw. Khamis juu ya matumaini ya furaha ya kupokewa na mkewe zilizidi kadiri muda wa kuteremka melini ulivyokaribia. Zawadi kemkemu za tunu na tamasha alijitwika nazo kutoka mbali. Bi. Mtumwa naye alijikusuru na kujitayarisha kwa mapokezi rasmi. Alikuwa kama bi harusi mpya. Alimtayarishia mumewe nyumba, vyakula tunu na tamasha. Lakini, zaidi ya yote hayo, leo alikuwa mwepesi na mcheshi kuliko kawaida, kwani ulimi ulikuwa ukitoa maneno matamu kama vitonge vya halua ya lozi. Vipande ladhidhi (vyenye ladha) vya aina yake vilibubujika kutoka kinywani, kama maji matamu ya baridi yaliyomiminwa ndani ya gilasi inayong'aa kwa kumpokea mumewe.

Alipofika nyumbani, Bwana Khamis hakushangaa kukuta ukwatuo alioukwatua mkewe, pamoja na machopochopo ya aina yake, chombezo za kutuliza moyo na hoihoi za furaha zikitingatinga masikioni. "Ama kweli, msafiri kila siku anaporudi huwa bwana harusi nyumbani kwake," alijisemea.

Bila kujijua, maneno matamu yaliyojaa huba na furaha yalimtoka, na huku akitabasamu, alisema, "Bibie mke wangu mpenzi, barafu ya moyo wangu, leo unanikumbusha mbali. Najiona kama bwana harusi anayekaribishwa kwa kaole mgeni kangia. Asante Bi. Mtumwa." Bi. Mtumwa hakushangaa wala kusita bali alijibu kwa bashasha na tabasamu tele usoni, "Ah! Mume wangu, usishangae. Harusi yetu ni kila urudipo safari. Ni sawasawa kama mwezi arbaatashara unavyopasua kiwingu na kutoa nuru ambayo huzagaa kote na kupendeza. Hung'aa hivyohivyo kila mwezi bila kuzidi wala kupungua, au sivyo?"

Bi. Mtumwa alisita kidogo, akatoa kicheko cha ndani cha utahabashi na kusema, "Haitaacha kuwa hivyo mpaka siku Mola Muweza, amilikae mbingu na ardhi pamoja na viliyomo, atakapokunja ardhi yake na kuzuia pumzi zake alizotujaalia. Kwetu furaha kama hii kwa wakati kama huu haitoondoka humu ndani mpaka mmoja wetu atakapofumba jicho kwa mara ya mwisho." Hapo kicheko kingine kilimtoka Bi. Mtumwa. Kicheko ambacho kilitetemesha moyo wa Bw. Khamis. Kicheko hicho kilichanganywa na ubazazi wa mahaba na ulaghai ya huba kwa namna ya kimapenzi na furaha ya dhati iliyotoka moyoni, na kilikuwa kama kinanda kilichotimia kwenye masiko ya mumewe. Bw. Khamis alimkumbatia mkewe na kumshukuru kwa yote aliyomwambia na kumtendea. Kwa wakati huo, Bw. Khamis aliyaamini kabisa yale maneno aliyoambiwa na yule mzee kule shamba juu ya sifa za Bi. Mtumwa.

Usiku ulikucha na mchana ukapita. Bi. Mtumwa alitumai Bw. Ali atakuja kuonana na mumewe ili wajuane na amwombee ruhusa ya kuendelea kushiriki kwenye kuimba, lakini kumbe Bw. Ali alitokezewa na mikosi ya mfululizo. Kwanza, alifiwa na mama mkwe wake usiku uleule Bw. Khamis alirejea na, pili, mmoja wa wanamuziki katika klabu yake alikuwa anaoa wiki ileile, kwa hiyo kulikuwa na taarabu ya kukata na shoka.

Mwanya huu wa kupotea kwake uliwapa nafasi majirani kutumia mikasi ya ndimi zao na kukata pingu za ndoa ya Bw. Khamis na Bi. Mtumwa. Wao hawakujua, wala hawakutaka kujua, kwa nini Bw. Ali hakuwa anapita pale tena kwa muda wote huo, bali walimaliza mawazo yao kivyao na kupata jibu kuwa kamwogopa mwenye nyumba. Hivyo, moja kwa moja, walimkabili Bw. Khamis na kumweleza aliyokuwa akifanya mkewe. Walimwambia, "Bwana, wewe umeoa mke wa shirika. Kilichokupa kwenda kuchukua komba shamba, ulidhani atakuwa mjinga wa mji? Basi pole! Mume mwenzio anakuja humohumo ndani kwako." Wengine walijaribu kumuuliza, "Yule mwalimu wa darasa la kuimba uliyemletea mkeo yu wapi? Au bibi kesha hitimu?"

Maneno haya yalimchosha Bw. Khamis na kumjaa kifuani. Lakini alijisihi kuyavumilia kutokana na jinsi alivyompenda mke wake. Ila, ikafika siku ambapo aliambiwa: "Kumbe ulipiga goti kwa ajili ya mwimbaji. Basi haya, ondoka uwape uwanja wenyewe. Wewe ni pakacha tu, kisaidizi cha kubebea mzigo tu." Hapo alifikia kikomo cha uvumilivu wake. Akaanza kugombana vikali na mkewe. Hakutaka kumsikiliza Mtumwa kwa lolote lile. Ghafla, bila kujali kuwa alimchukua Fumba, alimfukuza na kumtupia vizigo vyake nje. "Toka! Maaluni mkubwa wewe! Niliona nina mke kumbe panya! Tena namfuga na ananiuma na kunipuliza! Toka! Malaya mkubwa wewe! Nenda zako kwenu!"

Mtumwa alijijutia sana rohoni, lakini hakuwa na la kufanya. Aliona ndio ileile nuhusi imemnyemelea tena. Hakujua itaisha lini. Aliokota vitu vyake, na akamshukuru Mungu kwamba, ingawa hakuwa na pa kwenda, alikuwa anaweza kuomba msaada kwa Bi. Kidawa, mwenyeji wake wa mtaa, alau mpaka kupambazuke. Baada ya hapo, ataamua njia ya kwenda.

Bi. Kidawa alimpokea vizuri na kumpa nafasi kwenye chumba cha wajukuu wake, akae na avute fikira nini la kufanya. Bi. Kidawa alijua fika kuwa zile zilikua fitina tu za majirani, kwani alifahamu vyema kuwa Mtumwa hakuwa mtu wa nia mbaya ya kumgeuka mumewe. Punde si punde, Bw. Ali naye aliipata habari kuwa Bi. Mtumwa kaachwa na hayuko tena kwa Bw. Khamis.

Ahamia Mtoni

Akiwa kwa Bi. Kidawa, Mtumwa alijawa na mawazo kuhusu yaliyomtokea. "Kweli, yule aliyekuja kunitia ushabiki wa kuimba alikuwa mtu au shetani?" alijiuliza. "Kama ni mtu, alitumwa kuja kunichimbia handaki na kufisidi ndoa yangu au…? Aaah!" Hakuweza kupata jibu. Aliona bora anyamaze na kutazama tu jinsi jahazi la maisha yake litakavyokwenda, likipanda na kushuka juu ya mawimbi makali. Je, kama litafika bandarini salama au litapasuka pande mbili, yeye hakujua. Aliishia kumwomba Mwenye Enzi Mungu ashushe Rehema yake, amsaidie katika matatizo ya maisha yake.

Aliwaza kurudi Fumba kwa wazazi, ndugu, jamaa na jamii yake yote iliyoko huko, lakini alishindwa kujua atasema nini. Kusema kweli, hakuwa na la kuwaeleza. Alitamani sana kujua bwana yule mshabiki yuko wapi, angemfuata. Labda angeweza kumweleza wapi atavipata hivyo vikundi vya uimbaji. Labda angeweza kujiunga navyo, akapata alau kujiliwaza kutokana na dhiki za maisha yake. Alimfikiria sana Bi. Kidawa, mama wa watu, jinsi gani alivyomfadhili na kumkaribisha kuishi kwake. Ni wema na huruma ya kiasi gani aliyokuwa nayo mama huyo? Hamjui ndewe wala sikio ila tu ilikuwa imani ya uzazi. Aliona sawa, kesha mkaribisha kukaa; je, kula yake na mahitaji mengine ya kidunia yatakuwaje? Mawazo hayo yote yalitawala kichwa na moyo wa Mtumwa saa zote. Dunia aliiona imekuwa kiza mbele ya macho yake. Haoni, hafahamu, na hajui la kusema wala la kufanya. Alikuwa yupoyupo tu, moyo na kiwiliwili chake vikiranda angani bila kujua pa kutua.

Jioni moja, wakati akisaidiana na Bi. Kidawa jikoni, huku akiwa katika dimbwi la mawazo, walisikia mlango unagongwa. Sauti nzito nje ilihodisha. Bi. Kidawa alienda kuisikiliza hodi hiyo. Alipofungua mlango, alishtuka kumwona Bw. Ali. Lakini bila kusita, alimkaribisha ndani na kumsikiliza haja yake. Ombi la kwanza la Bw. Ali lilikuwa kujua Bi. Mtumwa yuko wapi, na la pili lilikuwa kuonana na Bw. Khamis, kumweleza shida zake na kujaribu kumnasihi amsamehe mkewe ili warudiane kwani Bi. Mtumwa hakuwa na kosa. Labda kosa lake kubwa lilikuwa kutosubiri kumwomba mumewe ruhusa. Lakini hata hilo ni kosa la kusemwa, kuzungumzwa na kupatiwa ufumbuzi au suluhu. Na zaidi ya hayo, kosa halikuwa la Bi. Mtumwa pekee, kwani hata yeye alifanya kosa la kuingia kwenye nyumba ya watu bila ruhusa ya mwenye nyumba. Hata hivyo, inambidi kumwona Bw. Khamis na kumwomba radhi, wasameheane.

Bi. Kidawa alimkatisha tamaa, kwani Bw. Khamis aliambiwa mengi mabaya na makali kama wembe wa ngariba. Asingekubali hata kuonana naye. Zaidi ya hayo, Bw. Khamis alikuwa tayari katika matayarisho ya kufungafunga vitu vyake ili aondoke siku ifuatayo kwa safari zake za kazini. Lililobaki, alimshauri, ni labda aonane na kujuliana hali na Bi. Mtumwa na pia kuongea naye kabla Bi. Mtumwa hajaamua kama atarudi au hatarudi Fumba.

Bi. Mtumwa alifikiria kuhusu ndoa yake ya kwanza kule kijijini iliyovunjika kwa sababu hakuwa na uwezo wa kumsaidia mumewe katika kuongeza pato la maisha. Hilo hakuwa na uwezo wa kulirekebisha. Sasa ndoa yake ya pili inavunjika kwa sababu ya uimbaji. Kifaa au zana yake kuu ya kazi hiyo alikuwa nayo – umbile lake – na pia ilikuwa ni mali ya kipekee, ilikuwepo kifuani kwake. Zaidi ya hayo, alikuwa na mwalimu wa kumfunza na kumwongoza. Alihisi pazia zito la kiza lililomziba na kumtenganisha na kipaji chake sasa limetanzuliwa. Hapakuwa na cha kumzuia asiufuate mwanya huo wa mwangaza uliowazi na mpana. Lililobaki kwake ni kuamua kama maji ayaoge yakiwa ya moto au ya baridi. Hakuna katu cha kumrudisha Fumba. Akafanye nini huko ambako ndiko alikotokea? Tayari kulikwisha mrema.

Huu ulikuwa uamuzi wenye busara ya kipekee. Hulka yake ya kujaribu kila linalomtokezea maishani mwake ni kigezo cha ujabari mkubwa usiopimika. Hakuchoka wala kukata tamaa juu ya matumaini ya kujaribu. Ingawa alikuwa hajui huko aendako, aliona ni bora ya hayo kuliko yaliyokuwa yakimkabili sasa. Wazee walisema: "Ukienda msitu na nyika, huishia mjini."

Baada ya kuamua hayo, Bi. Mtumwa alichukua talaka yake kutoka kwa Bw. Khamis, iwe ndio ufunguo wa kibali cha kuingia kwenye jaribio jipya. Mwalimu, kwa furaha kubwa, alimshauri mwanafunzi wake sasa ahamie kwenye shamba lake huko Mtoni, kwani aliamini kuwa huko atapata utulivu wa kufanya mazoezi kwa mapana na marefu. Bw. Ali alimwahidi kuwa atamletea mwalimu wa Kurani wa kumkaririsha ili aweze kupata lafudhi ya ufasaha mzuri wa kumudu matamshi sahihi ya aina yoyote ya nyimbo atakayopewa. Bw. Ali alijua wazi kuwa kutatokea siku mwanafunzi wake atapewa nyimbo za Kiarabu ambazo, atakuwa tayari, ataweza kuzitolea ufasaha mzuri bila wasiwasi wowote.

Kwa hiyo, Bi. Mtumwa aliondoka Mwembetanga na kuhamia Mtoni kwa dhamira hasa ya kujifunza somo jipya. Somo ambalo, licha ya kuwa hakupata kulijua, hakupata hata kulisikia likitajwa alipokuwa kwao Fumba.

Chombo kikuu Mwalimu alichokuwa akikitumia kumwongoza Bi. Mtumwa katika uimbaji kilikuwa violini. Alikitumia kutoa ishara ya wapi kusita, wapi kujibu na wapi mwimbaji aingie na aanze kuimba. Bw. Mohamed Muhsin alikuwa gwiji wa kutumia violini kwa wakati huo. Furaha yake ya kukabidhiwa mwanafunzi huyo ilimfanya aanze kujigamba kuwa sasa anaye kimwana mwanana mwenye sauti nyororo ya kutosha kinanda chochote. Alisifu jinsi mwanafunzi wake alivyokuwa na uwezo wa kukamata maneno na mafunzo, kama ulimbo. Shairi, akipewa mara moja tu, huganda kama nta na huweza kuligeuza apendavyo papohapo bila kukosea kusudio la nyimbo, bali kuiongezea utamu. Sifa hizo na maelezo yake mitaani yalichochea shauku katika nyoyo za washabiki wa taarabu. Watu wakawa wanangojea kwa hamu siku, saa na wakati watakapomwona muwele uwanjani akipangiwa chano na kutajwa jina. Siku hii ilisubiriwa kama nyota ya Jaha inavyosubiriwa ichomoze.

Lakini, pamoja na hayo, tayari kulikuwa na wale waliokuwa na chuki zao. Walikuwa wakiulizana: hivi kweli jogoo la shamba litawika mjini au tunapoteza wakati wetu kumzungumza mtu asiyejulikana, mwenye jina linalovunja moyo? Kama ni mtumwa, kweli atatenda jambo la maana? Huu ni wazimu usiokuwa na dawa! Mtumwa huyo hakuweza hata kufinyanga, kazi ya jadi huko kijijini kwao ya kurithishwa kizazi baada ya kizazi, halafu ndiye huyu anataka kufanya kazi iliyo ngeni kabisa kwake? Kazi inayohitaji mbwembwe, madaha na minenguo ya aina yake, ughani na uteteaji wa kipekee! Iwe kweli mwanamke mshamba, aliyezoea kuchezea dongo la kinamo, miguu chini, leo aje hapa kutuimbia taarabu? Si maajabu hayo? Haya na tuone yataishia wapi hayo mambo yanayotwazwa.

Siku ya Masiku

Huko Mtoni, mazoezi na mafunzo yalipamba moto. Mtumwa alikuwa hali akashiba na halali akaridhika. Alikuwa na wasiwasi wa mafunzo, bado hajajua jaribio litakuwa vipi. Akiwa mwanagenzi, Mtumwa hakuwa amepata hata siku moja, si tu kuimba taarabu, bali hata kuhudhuria kwenye shughuli za aina hiyo. Alikuwa akikaa na kujishangaa, na kujiuliza kimoyomoyo kama kweli atayamudu haya majambo au ndio unyago wa kima kibwebwe mkia? Hakujua jibu la mtihani wake, wala hata kuweza kukisia yatakuwaje. Mawazo mengi na hofu ilimjaa, lakini alizidisha mori wake na nia ya kufanya mazoezi kwa bidii ili afanikishe shughuli hii aliyoitarajia kuokoa maisha yake. "Ah! Nitakata jongoo kwa meno," alisema kwa kujipa moyo.

Mwalimu wake mpya naye alipokuja kumfunza alimtia hamu na ari ili kuchochea bidii yake ya kufikia ufundoni kwa ufanisi. Kama mwalimu wake, Bw. Mohamed hakuwa na shaka wala wasiwasi kama atayaweza mafunzo. Alijua Bi. Mtumwa atafanikiwa, tena sana, na kwa maajabu yatakayowashangaza walimwengu. Japokuwa Mtumwa aliridhika na maneno hayo matamu aliyokuwa akipewa na mwalimu wake, bado alikuwa na wasiwasi wa kujiuliza kama hayo huyu bwana anayoyasema ni kweli au alitaka kumchuuza tu. Aliishia kujisemea moyoni, "Haya nasubiri. Kama hayo anayoyasema ni halisi yanatoka moyoni na ni kweli, sawa. Laa si kweli, hakuna la kufanya ila kusubiri, kwani subira huvuta heri." Aliyaweka majaribio kama kipimo kikubwa cha msimamo wake katika maisha yake. Wakati yanapomzidi basi hushukuru na kuamua kuwa yote ni sawa, lolote na liwe, lakini aliamini kuwa iko siku na "mtumwa" naye atajikomboa na atakuwa mtu mbele za watu. Upweke, huzuni na mawazo yatatoweka siku hiyo itakapofika.

Siku iliyopangwa ilifika. Watu walijazana, kutoka kila sehemu, wakisubiri liwe au lisiwe. Leo ni leo! Fainali ya majaribio ilikuwa imefika, hapakuwa na la kusubiri tena. Karabai ziliwashwa na kuchochewa hadi uwanja kung'ara. Watu walijaa na muziki mzuri ulianza. Mara mwanamke mwenye umbo la wastani, aliyevaa buibui na kujifunika gubigubi, alijitokeza na kuongozwa na mwalimu wake hadi pale mbele walikokuwa wanamuziki. Muziki ukakolezwa na kuendelea kidogo, kisha ukakomea kwenye kifundo cha kuingia mwimbaji. Watu hamu iliwajaa ya kusikia sauti ya mwimbaji. Sauti ambayo sifa zake walikuwa wakizisikia kwa muda mrefu. Waliona kuwa sasa tutashtua masikio yetu. Mtumwa hakuwahi kuona watu wengi kujazana sehemu moja kama hivyo. Alivuta pumzi na kufungua mdomo wake kuimba. Lakini hakuna kilichotoka. Alimeza mate, akavuta pumzi tena, na akajaribu mara ya pili. Wapi! Sauti haikuweza kabisa kutoka. Alisafisha koo na kujaribu mara ya tatu. Loo! Sasa ikatoka kama filimbi ya mwanzi, au kama kioo kilichopasuka na kuvunjika. Akajaribu kujikaza zaidi, lakini ikatoka sauti ya kukwaruza na kukwama kama ya aliyekabwa na kuogopa kupiga kelele.

Uwanja mzima kukasikika vicheko vya kejeli na mizomeo. Wengine walipaza sauti na kupiga kelele za maneno ya kashfa na kejeli. Hali hii ilimfanya Mtumwa aone aibu sana na papohapo alitoka mbio na kukimbilia ndani, huku akilia kwa sauti. Alipofika chumbani, alijikomelea na kutoa kilio kikubwa, tena cha kwikwi. Mwalimu wake alimfuata nyuma lakini hakumwahi; alikuta keshajikomea ndani. Bw. Mohamed aligonga mlango na kumnasihi afungue, lakini Mtumwa alikataa katakata kufungua. Zile sauti kutoka kule nje ndio zilimzidishia hasira. Alitamani apasuke pande mbili dunia yake iishe, lakini uwezo huo hakuwa nao.

Baada ya ghasia kutulia, Bw Mohamed aliendelea kumnasihi afungue mlango. Hapo Mtumwa alikubali kuufungua na kumwachia aingie. Bw. Mohamed alimkuta uso umemvimba, hawezi hata kufunua macho. Kwa sauti ya upole na ya chini, Bw. Mohamed alianza kumnasihi. Alimfahamisha kuwa aibu hiyo si yake peke yake bali ni yao wote wawili. Alimweleza kuwa kulia hakutapangua arri ya aibu hii, bali wakubali kwa pamoja kuing'arisha siku hii na kuvaa taji la ushindi. Kukosa au kukosea si mwisho wa maisha wala hakuvunji ufanisi bali huwa ni kigezo na kipimo cha kufikia ushindi maridhawa.

Bw. Mohamed alimtaka waichukue siku ile kuwa ni siku ya kuanzia, na kwa uhakika itakuwa ni siku ya masiku muhimu katika mafanikio ya maisha yao katika medani ya usanii huu wa taarabu. Aliendelea kumnasihi Mtumwa kwa kumwambia moto huu utazimika, jivu lake litapoa na ndipo mwangaza wa maisha haya juu ya uimbaji yatakapochomoza. Ni katika mfukuto wa joto ambapo mhunzi hulainisha chuma cha pua na kuunda chombo akitakacho. Bw. Mohamed alimalizia nasaha hizo kwa kusema: "Huu si mwisho, bali ni mwanzo! Tuendelee kwa nguvu zaidi, tena zaidi, ili juu ya joto la kushindwa tuweze kushinda." Hapo alimwambia Mtumwa apumue, apumzike, afikirie, na ajiulize kuwa, kati ya mawili – kukimbia au kusonga mbele kwa kasi zaidi – lipi ni lenye faida.

Baada ya hapo, Mtumwa alibaki peke yake ndani akiwaza na kuyakumbuka maneno ya Mwalimu wake hadi pale usingizi ulipomtekanyara, kumtoa kwenye mawazo na kumtupa kitandani. Asubuhi yake, baada ya kufungua kinywa, Mtumwa aliamua kutoka nje kupunga hewa. Ghafla, majirani walitokea na kuanza kuonyeshana na kumnyooshea vidole, huku wakikonyezana na kutoa vicheko vya chinichini. Hapo Mtumwa alikumbuka swali la Bw. Mohamed: "Kukimbia au kusonga mbele, lipi muhimu?" Aliamua kuwa kukimbia kila siku atachekwa na kubezwa na, kwa hali hiyo, atakuwa mkimbizi daima na hiyo si haja yake. Alitafakari na akaamua kukaza mkanda na kukata shauri la kusonga mbele. Alijua kuwa lazima iko siku atamaliza njia, hata ikiwa ndefu kiasi gani, hoja uhai na uzima tu uwepo. Atakawia, lakini atafika mwisho wa njia. Alijua kuwa juhudi na bidii isiyochoka wala kuvunjika huzaa matunda yenye mafanikio juu ya matamanio ya ndoto zote.

Rafiki Rika

Mtumwa aliamua, pamoja na mwalimu wake, aanze zoezi upya. Zoezi lenye azma ya mafanikio ya kupigiwa mfano, la kufa au kupona, ama faima, kwa nia moja tu, nayo ni ya kupata ushindi. Mwalimu aliamua kutafuta wasaidizi mahiri wa muziki walio tayari saa zote kufanya zoezi bila kuchoka. Ikiamulika kufanya zoezi kucha, basi kucha, mpaka alfajiri. Laa, ikiamulika kufanya kutwa, basi kutwa bila kuchoka. Mtumwa naye sasa alijikuta saa zote kichwa chake hakiwazi lolote ila muziki na tenzi za nyimbo. Alijaribu kusahau yote yaliyompitia katika miaka ya nyuma ya maisha yake.

Kusudi alijiweka kuwa sasa yuko vitani, anapigania maisha yake. Alikuwa ameweka azma na nia madhubuti kwamba lazima mji huu aushinde, aweke jina kuwa Mtumwa, mwana wa Saad, aliyetoka shamba na kuja mjini, kawashinda wazaliwa wa mji na kauchota mji mzima. Kwa hayo, aliweza kuvunja ile ngome ya maneno ya kuwa "Jogoo la shamba haliwiki mjini". Tafsiri yake ilikuwa kwamba jogoo ni jogoo tu; kokote aliko, huweza kuwika. Hana mipaka. Kwa hiyo Mtumwa naye ni mtu sawa kama mtu yeyote; kokote aliko, anaweza kufuzu hoja akiitumia bidii pamoja na kipaji chake na jaala kutoka kwa Mola wake. Yeye ni Mtumwa na ndiye atakayeweza kuwakomboa wanawake kutokana na kudhalilika, kudharaulika kunyanyasika kama kwamba ni wanyama tu, na si watu sawa na watu wengine.

Ingawa alikuwa mtu jasiri na majaribio aliyoyapitia yalimfanya aupige moyo wake konde, kitabia, bado alikuwa Mtumwa yuleyule kutoka Fumba. Utaji wake wa mila aliyojifunza kwa mama yake, wa kuweka ushungi, hakuuacha kabisa. Hakuzipiga chenga zile haya za kuinama chini, wala kuzionea aibu, bali alizitanguliza na kuzidumisha milele. Kujiamini kwa Mtumwa, na ukakamavu wake, uliongezeka siku hadi siku, na kumfanya aendelee na zoezi bila kuchoka.

Ikatokea siku moja ambapo Bi. Mtumwa alijawa na hamu ya kuimba kama vile alivyofanya wakati akiwa nyumbani peke yake mumewe Bw. Khamis hayupo. Kwa bahati, siku hii ikasadifia kuwa ni siku ambayo wanamuziki walikuwa kwenye mapumziko. Kwa nguvu ya hamu hiyo, aliingia sebuleni, kunakofanyiwa mazoezi, ili kutafuta zana ya muziki ambayo angeweza kupiga wakati anaimba. Alipoingia tu sebuleni, macho yake yakavutiwa sana na chombo kilichoitwa rika au tari au kidafu. Akatamani sana kuiijaribu. Kwa shauku yake hiyo, aliichukua na kuanza kuimba peke yake huku akiigongagonga hiyo rika, mara kwenye ngozi, mara kwenye kengele zake, vile ambavyo alivyohisi wimbo wake unavyomtuma. Alijawa na furaha sana.

Siku ya pili yake, walipofika wanamuziki wake kwa ajili ya mazoezi, Mtumwa aliomba apewe rika wakati wa mazoezi. Wote walidhania ni utani tu, lakini walimpa na kuanza zoezi. Alivyoanza kuipiga, wanamuziki wake wote walishangaa namna alivyoongoza nyimbo kwa rika yake bila kukosea wala hofu. Mwalimu wake alimpongeza sana siku hiyo kwa uwezo wake mpya. Kuanzia siku hiyo, Bi. Mtumwa akawa na rika mkononi wakati wote wa mazoezi na hata wakati wa taarabu.

Mwalimu Mohamed aliporidhika na kukinai kuwa sasa mazoezi yametosha, alitangaza kuwa sasa wakati umetimu wa jaribio jingine. Shughuli hii ilipangwa ifanyike kuanzia nyakati za jioni. Watu waliitika mwaliko huo, lakini walijitayarisha mara hii. Waliamua kwamba, kama mwanamke huyu haimbi tena, basi watampiga mawe au hata bakora, arudi kwao Fumba akafinyange au alime. Na huyo Mwalimu wake atatambua la kufanya. Siyo kila siku kudanganyana, kuhangaishana na kuwapotezea watu muda wao bure kwa ahadi za sifa za uongo.

Siku ilifika na saa zikatimu. Vinanda tayari vishakazwa na kurekebishwa, na muziki nao ukaanza kusikika. Waliona mwanamke yule yule anatoka ndani akiwa amevalia buibui kama siku ya mwanzo, lakini leo alikuwa ameshika chombo kidogo mkononi alichokuwa akikigongagonga kwa kufuatisha midundo ya kuendesha nyimbo. Chombo hicho hakikuwa kitu kingine bali ileile rika. Muziki sasa ulianza kufika ukingoni, sehemu ya mwimbaji kuanza, ukalegeza kidogo kumpa Bi. Mtumwa nafasi kuingia.

Wee! Bi. Mtumwa, kwa madaha, aliitoa sauti yake huku akiwa ameipamba kwa kuvuta leli (kutoa sauti kufuatisha mdundo wa wimbo fulani pasipo kutamka maneno yake) ambayo aliitoa kwa aina yake na uwezo wa pumzi zake zote. Alitetea na kupaaza sauti kadiri ya uwezo wote aliokuwa nao, hata ikatandawaa katika anga na kuenea sehemu nzima. Kwa mikogo ya aina yake, alitetemesha nyoyo za waliohudhuria wote siku hiyo. Aliwafanya hata wale waliokuwa mbali kuifuata sauti yake hadi pale alipotua. Iliwafanya waalikwa pale uwanjani watulie tuli kama waliomwagiwa maji ya baridi.

Hapo bado hakuwa ameuanza wimbo. Hicho kilikuwa kionjesho tu.

Hamu iliwajaa wote waliokuwepo pale uwanjani kusikia wimbo wenyewe utakavyoanza. Kama kawaida yake, Mtumwa alisita kabla ya kuanza kwa kuvuta pumzi tena, ndipo alianza kuimba. Loh! Watu wote walishtushwa na kupigwa butwaa! Walibaki kimya, wamo kujitikisatikisa tu. Mawe yaliwadondoka na bakora zao sasa zikawa zikigongwa chini kwa kufuatisha milio ya vinanda. Waliokuwa wamekaa mbali kwa kuchelea vurugu, walianza kusogea mbele taratibu wenyewe kama walioitwa. Sauti ya Mtumwa ilikuwa kama sumaku. Watu wote walishindwa kuamini masikio yao wala kuyakubali macho yao kwamba ni yuleyule mwanamke waliomuona mara ile ya kwanza, ambaye walimpiga mawe na kumzomea. Sasa walikubali maneno na sifa alizozitoa Bw. Mohamed kuwa za kweli.

"Hala! Hala! Waa! Waa!" Uwanja mzima ulivuma kwa pongezi na furaha pale Mtumwa alipomaliza wimbo wake wa kwanza na kugeuka kuingia ndani kupumzika. Siku hii alisindikizwa kwa shangilio, vigelegele na vifijo vilivyozagaa uwanja mzima. Maombi ya "Tena! Tena!" yalimfuata hadi ndani. Hakuna mtu hata mmoja aliyebanduka pale alipo, kwa kutumai kuwa yatakayokuja yatakuwa matamu zaidi.

Wimbo wa pili ulipoanza, na pale tu ilipoonekana kuwa Bi. Mtumwa anatokeza tena, mambo hayasemeki, maana watu walianza kushangilia hadi hawakujijua tena. Ama kweli leo ndio leo, pumu zilipata mkohozi. Siku hii ilikuwa ni siku yake. Bi. Mtumwa aliimba na kuimba, mpaka usiku wa manane. Kila wimbo ulioimbwa, uliombwa tena na tena. Watu walijisahau kabisa, hawakujua wala hawakuhisi kuwa usiku umeingia na saa zimepita. Kuanzia siku hiyo, Bi. Mtumwa akawa anaimba kila wiki hapo uwanjani. Kila siku, washabiki walizidi na kuzidi. Walijialika wenyewe kwa wenyewe na hakuna aliyeondoka mpaka pale walipohakikisha taarabu imeisha.

Jaribio la Ushindi

Naam, nyota njema, yenye kung'aa, ilianza kuchomoza kwenye usiku wa kiza kinene cha Mtumwa. Usiku huo, Mtumwa na mwalimu wake waliondoka uwanjani wakiwa wamejawa na furaha ya matumaini makubwa. Yale machovu ya mazoezi kabambe waliyokuwa wakifanya kwa muda mrefu yalitoweka kama kiu kilichopata kinywaji baridi, maridhawa cha kutosha. Huo ndio ulikuwa usiku uliozaa ushindi kwa Bi. Mtumwa. Hakika ulikuwa usiku usioweza kusahaulika kabisa kwani tarehe hiyo ndiyo ililleta mageuzo makubwa katika muziki wa taarabu hapo Unguja. Hakuna yeyote kwenye kundi lao aliyehisi usiku mzima umepita, kwani ulikuwa kama usiku wa harusi ya binti yao wa kwanza. Walipongezana kwa furaha, vicheko na utani huu na ule miongoni mwao. Wanatahamaki, kumepambazuka kweupe.

Asubuhi yake, baada ya kupata kifungua kinywa chenye machopochopo kama asubuhi ya sikukuu ya mfungo mosi, Mtumwa na wanamuziki wenzake waliongea na kutafakari juu ya hali ya matokeo na nini hasa mustakbali wake. Je, walikofika ndio basi imeshatosha? Nini ilikuwa dhamira hasa ya yale yote waliyoyafanya? Ilikuwa kumtangaza tu, kuwa Bi. Mtumwa ana sauti nzuri, au kuitumia sauti hiyo kuwafurahisha watakaoisikia, hasa wale wenye shauku ya kupata mwimbaji wa kike? Lengo lililofahamika lilikuwa ni kupata mwimbaji. Sasa mwimbaji ndio huyo keshapatikana, tena mwimbaji asiye na dosari wala pingamizi yoyote ya kumzuia asitekeleze hamu hii ya uimbaji. Lililobaki ni kufunga safari kwa nia ile ile ya kufurahisha na kukata kiu cha ahali taarabu mji mzima. Walitaka kusambaza sifa za Bi. Mtumwa kote. Sifa itakayowekewa kumbukumbu itakayodumu milele duniani katika medani hii ya taarabu. Si Zanzibar tu, au Afrika Mashariki pekee, bali duniani kote kunakofika miale ya muziki huu wa taarabu.

Katika mazingatio na uamuzi wote huo, waliamua, kuanzia mwanzo, kuwa hili katu halitakuwa jambo la kupita tu, likaenda na maji ya mto usiojulikana unakoishia, bali liendelezwe tena kwa ustadi, kwa hali na mali bila kupoteza thamani yake, mpaka mwisho wao. Uamuzi huo sasa ukawa ndio dira yao na kianzisho cha zoezi baada ya zoezi, nyimbo baada ya nyimbo, hadi pale Mwalimu alipoona umefika wakati wa Bi. Mtumwa kwenda mjini. Huko, Mwalimu alimtambulisha kwenye klabu yao ya Akhwani Safaa. Bi. Mtumwa sasa akaanza kazi ya kuimba kwenye hafla zinazofanywa na kikundi hicho. Lakini alifanya hayo kwa muda mfupi tu kwani, ingawa kweli mwimbaji wa kike alihitajiwa sana wakati huo, choyo hakikuacha kuchukua nafasi yake, hasa kutokana na kwamba huyu alikuwa mwanamke, kutoka daraja duni sana kwa wakati huo.

Lakini, kutokana na kutandaa kwa sifa zake, jamii yenyewe, polepole, illianza kumtangaza kwa kutoa habari za sifa za uimbaji wake kila sehemu. Wengine waliongeza kwamba anaimba kama kinanda cha gambusi, na wengine kwamba sauti yake peke yake inatosha kukubembeleza utadhani kinanda. Mvuto wa uimbaji wa Bi. Mtumwa ulikuwa katika mitazamo miwili tofauti kwenye jamii. Kwa washabiki, maashki, pamoja na wasikilizaji, ijapokuwa kulikuwa na udaku wa hapa na pale wa kukatisha tamaa za wapenzi hao, sauti yake haikuwa na mpinzani na uimbaji wake ulikuwa wa hali ya juu. Mtazamo wa pili ni kwa upande wa wanamuziki. Wao, kwao kulikuwa na kitu cha ziada, nacho ni kile kipaji chake ambacho hakikuweza kukadirika abadani, au kuelezeka namna ya ufahamu wake na uwepesi wa kuhifadhi mashairi. Bw. Issa Barwani, ambaye alimwona Mtumwa alipokuwa nyumbani kwao akifundishwa, aliwahi kusisitiza kwamba, "Ufahamu wake na uwezo wake wa kuhifadhi ulikuwa ukipigiwa mfano."

Lakini penye wema, wabaya lazima watakuwapo. Penye wapenzi, wapinzani hawakosekani. Zaidi ikiwa kama sifa kubwa na nzuri inatolewa kwa mtu duni, wengi huchukia. Kuna waliomwonea choyo, kuna waliolia wivu, na waliokuwa wakiona uhasidi tu na uchungu wa bure. Hata hivyo, wote hao walikuwa na visababu vyao na malengo yao. Pengine walitamani iwe wao, lakini huwezi kusafiria nyota ya mwenzio. Wazee wamesema, "Mpewa hapokonyeki." Aliyepewa kapewa, huwezi kumnyang'anya. Pia, tusisahau kwamba, ikiwa Mola Muumba, aliyeumba mbingu na ardhi, alituletea mitume ili kuthibitisha kuweko kwake, na bado sisi binaadamu hatukushindwa kamwe kuwapaka matope mitume hao, kuwakejeli na kuwafikishia kila idhilali na ila, iweje wanadamu washindwe kwa mwanamke huyu?

Kwa hiyo, kwao haikuwa vigumu hata chembe kumfanyia chochote. Walikuwa wakisema, "Eti mwimbaji mwenyewe anajifunika uso, sababu ni mbaya sana wa sura. Kaumbuka uso wote kwa kuchoma vyungu." Wengine walisema, "Mwimbaji mwenyewe kifupi, kibete kama kinu, kisha ajifunike gubigubi. Haaa! Si kibwengo hicho?" Zaidi, kuna waliothubutu hata kusema, "Huyo ni malaya tu! Hana lililomleta mjini ila kujiuza kwa wanaume. Ndio maana akajidai mwimbaji. Hana awezalo! Janajike hili ni bazazi laghai, mwizi wa waume za watu! Kwanza mvivu, ndio maana kwao kafukuzwa. Hivi kweli mjini hakuna mwanamke mwenye sauti ya kuimba ila yeye? Kweli huyu ni kahaba tu. Hata haya hana, yuko katikati ya wanaume. Zebaki ya uso imemtoka, anajidai kujifunika uso huku yake yanamwendea!" Mtumwa aliyasikia maneno hayo yote, lakini hayakuweza asilani kumrejesha alikotoka. Hata wangalisema usiku na mchana bila kula wala kulala, kwani sasa wimbi la mabadiliko ya maisha ya bibi huyu lilikuwa na nguvu na halikuweza kuzuilika tena. Siku zilikuwa zikijihesabu na sasa zimeshatimia.

Walikuwepo pia wale waliompenda na kumjali kwa ajili ya sauti yake, namna alivyotunza heshima na murwa wake, alivyowajali watu, na namna uso wake ulivyojaa bashasha, tabasamu na uchangamfu saa zote. Kwa wale wote aliokuwa pamoja nao, alikuwa mwenye mazungumzo matamu yenye kila aina ya mizaha na utani wa kupendeza na usiovunja heshima ya mtu. Si mkubwa wala mdogo, mke au mume, wageni au wenyeji, maskini au tajiri, Mtumwa hakuwatenganisha wala kuwabagua. Hakuna aliyekutana naye ambaye huchoka kuongea naye, kwani saa zote ni mcheshi, si mwenye kununa au kukimwa na mtu. Alikuwa anajua yeye anataka nini na pia jamii yake inataka nini kutoka kwake.

Hiki ni kitu ambacho Mzee Ali Hassan Mwinyi aliwahi kukigusia pia. Alisema kwamba Mtumwa alikuwa anajua watu wa jamii yake wanataka nini, kwa hiyo nyimbo zake zililenga kwa mujibu wa mnasaba, sambamba na lugha ya pale panapohusika na hasa kwa wakati ulio mwafaka. Alitoa mifano kama nyimbo zake za kubembeleza watoto, za kumkaribisha Mfalme, na za kucheza dansi kama Yalaiti – wimbo ambao kama ah-li dansi bila shaka utanyanyuka na kutafuta 'patna'. Mzee Mwinyi aliendelea kusema kuwa mwanamke huyu alifanya mengi ili kuwafurahisha watu wa marika yote katika jamii yake kwa wakati wa uhai wake wote.

Mtumwa alijua kuwa hana chochote ila sauti yake tu, na ndio watu wanayoifuata. Kwa hiyo, sauti hiyo aliipamba heshima, bashasha, tabasamu na ucheshi. Hakuchoka kuwaridhisha wapenzi wake wakati wowote wanapofika kwake. Awe mzima au mgonjwa hamrejeshi mtu, saa zote mlango wake ulikuwa wazi. Tabia hii ndio iliyomzidishia sifa. Jirani yake mpenzi, marehemu Bi. Chausiku, alimsifia kwa namna ifuatayo: "Sifa moja aliyokuwa nayo Mtumwa ni kuwa hakupata kuonekena anamkunjia mtu uso au kumgeuzia kisogo, bali saa zote watu walikuwa wanakwenda kwake kwa kujialika wenyewe, na hakujapata kutokea hata siku moja mtu kukabiliwa kwa hali mbaya au kufukuzwa. Kila wakati walipokewa kwa upendo, furaha na bashasha." Haya yanaonekana hata kwenye kitabu cha marehemu Shaaban Robert cha "Wasifu wa Siti", kuwa, ijapokuwa Mtumwa alikuwa mgonjwa, lakini bado aliweza kuonana naye..

Mtumwa alikuwa akikaribishwa na wengi kwenye mahafali zao. Ikiwa nje uwanjani, basi hujifunika uso, lakini kama ikiwa ndani katikati ya wanawake, basi hubakia na ushungi tu, uso hafuniki. Juu ya yote, rafiki yake mkuu aliyemsaidia kwenye jaribio lake la pili, ambalo lilimfungulia mlango wa neema na mafanikio, alikuwa si mwingine ila kile chombo cha rika au dafu. Hakulisahau wala hakuweza kulikosa katika uhai wake wote. Hali iliponoga na umaarufu wake kuanza kustawi, wapenzi wake sasa wakamtunukia jina la Siti au Binti Saad. Jina hili, lenye maana ya kuonyesha heshima kubwa, lilitolewa na washabiki na wapenzi wa nyimbo zake kwa ajili ya kumuenzi na kumtukuza.

Siti maana yake ni Bibi Mtukufu au mwimbaji wa kike. Aliitwa Binti Saad kama ni namna moja ya kuenzi jina lolote la mwanamke. Katika heshima za mila za zamani, mwanamke huitwa kwa ubinti wake, yaani binti fulani kumaanisha mtoto wa fulani, kwani mtoto wa kike hatajwi kwa jina lake, hasa hadharani. Sasa kadiri siku zilivyokwenda, jina la Mtumwa likaanza kufifia na kupotea, na jina la Siti likapanda juu, hadi kufikia watu kusahau au kutojua kabisa kuwa Siti ndiye yuleyule Mtumwa, mtoto wa Bi. Mrashi na Bw. Saad wa Kidutani Fumba. Yale maneno kuwa Mtumwa hataweza kufanya kitu sasa yakageuka kuwa Bi. Siti ni mwimbaji mashuhuri, anayeheshimika kwa hali zote na kokote. Mwisho wa jina la Mtumwa ndio uliozaa jina la Siti.

Siti na Uimbaji

Kama Mtumwa angaliamua kuwa hali ile ya maisha duni aliyokuwa nayo kijijini kwao ibakie vivyo hivyo, na kama angalikuwa hakuufahamu ule mwangaza uliomwonesha mwanga mwembamba kwa mmuliko wake pale Mwembetanga alipokuwa kwa mumewe Bw. Khamis, angaliufumbia macho akaugeuzia kisogo na kurudi Fumba, basi leo yakini kamwe tusingalikuwa na jina la Siti, kwa maana ya Siti huyu tunayemzungumza. Jina ambalo tunahamu na shauku ya kutaka kujua habari za maisha yake. Labda ingetokea vinginevyo, maisha ya Mtumwa binti Saad yangekuwa kama maisha ya mtu yeyote mwingine: mfinyanzi wa vyungu, vikaango, mikungu ya tanu, na mikungu ya kulia, zote zikiwa bidhaa maarufu za Fumba. Lakini ni bidii yake kubwa, isiyokuwa na kikomo, na dhamiri isiyochoka wala kuvunjika, ambayo ilimwandalia mafanikio na faraja juu ya maisha yake.

Tunalotaka kuliongelea na lililotuvutia hata tulizungumzie, si jina, liwe la Siti au Mtumwa, bali ni ujabari, umahiri na uamuzi wake thabiti, usiokubali kutetereka, kutingishika wala kugongeka. Siti alikotoka alikuwa Mtumwa, alikuwa miguu chini hana viatu, lakini hakujali kuchomwa wala kujikata nyayo zake kwenye safari yake kuelekea ufundoni na hadi kunyakuwa ushindi. Alitumai kujaribu na kuonja kila kichungu ili ajue ladha ya utamu wake, kwani alifahamu kuwa kila kichungu kitakuwa na utamu, na kila kitamu hakitokosa uchungu. Hulka yake ni yenye kuona upeo wa vigezo vya majaribio.

Wakati huo, ikiwa miaka michache baada kikundi cha kwanza cha taarabu cha uraiani kuanza, vikundi vingine vilianza kuchomoza. Kati yao kulikuwa kikundi cha Nadi Shuub, ambacho kilifanana nguvu na Nadi Akhwani Safaa. Vikundi vyote vilikuwa vikivutiwa na uimbaji wa taarabu ya wakati huo, na zaidi nyimbo kutoka Misri. Vingine vidogovidogo navyo vilichipua, ambavyo havikuwa na majina wala kutajika ila tu kwa kupooza nyoyo za washabiki walio wengi ambao waliokuwa katika hali duni. Vikundi hivyo vya kuburudisha watu wa chini, akina wale tia mchuzi tule, vilikuwa vingi, na Siti alitambua haja ya yeye kujiunga na wanamuziki wa aina hiyo, yaani wadogowadogo, ili aweze kupata kikundi atakachoweza kwenda nao sambamba kwa kadiri ya mwendo wa kiasi chake.

Dhana hii ndio ilimfanya Siti, baada ya kuwa na Akhwani Safaa kwa muda mfupi tu, kuamua kujiunga na kikundi kimoja kidogo chenye watu wanne ambao walikuwa Subeti Ambar, mpiga udi, Buda Suwedi, mcheza gambusi, Mwalimu Shaaban, mpiga tari, na Mbaruk aliyegonga fidla. Siti alikuwa mtu wa tano na alijiunga kama mwimbaji, ingawa kila mmoja kati yao, kwa nyakati tofauti, aliimba. Wakati walipokuwa wanne tu, kikundi hicho hakikuwa na jina kubwa na kipato chao kutokana na muziki kilikuwa kidogo sana, kiasi cha kutosha chajio chao cha siku tu, yaani kipato cha kijungu meko. Lakini baada ya Bi. Siti kujiunga nao, ule mvuto wa sumaku wa sauti yake uliwavuta watu wengi kwenda kuwaona na kundi lao kuchukuliwa kwenye shughuli nyingi zaidi, tena za hali ya kati na kati. Sifa yao ilipaa na kufika mbali zaidi kwa sababu ya mwanamke huyu wa miujiza. Vikundi vingine vikubwa vilitamani Siti awe pamoja nao, kwani watu walivutiwa na mwimbaji wa kike, hasa mwenye sauti mahiri kama yake.

Hata hivyo, umaarufu wa kikundi chao ulizidi kusambaa hadi ikatokea siku moja walipata mwaliko rasmi wa kwenda kutumbuiza katika kasri la mfalme. Mwaliko huo uliwastaajabisha sana Siti na wenzake, kwani hawakuwahi hata kuota kwamba walikuwa wanajulikana kiasi hicho. Waliulizana wenyewe kwa wenyewe kama kweli mwaliko huo ulikuwa wao au ulikosewa? Walihakikishiwa na mjumbe aliyeleta mwaliko kuwa mwaliko ni wao. Moja kwa moja, walizidisha bidii yao ya kufanya mazoezi na kukutana kama kikundi ili kuhakikisha watakuwa tayari vya kutosha ifikapo siku hiyo ya kipekee kwao.

Siku ya mwaliko ilifika. Mtumwa na kundi lake walivalia mavazi ya heshima halisi, yanayostahiki na hadhi ya nyumba mwaliko ulikotoka. Walipofika kwenye kasri la mfalme, walikaribishwa vizuri, kwa heshima, na kuonyeshwa eneo la ukumbi mpana uliotandikwa vizuri. Sehemu moja kwa mabusati minael-ali na sehemu ya pili kulikuwa na masofa ya kifahari. Kwa mtazamo wa harakaharaka, walitambua kuwa sehemu hiyo ya masofa bila shaka wenyewe wana wa ukoo wa kifalme watakuja kukaa. "Naam, leo ndio siku yetu ya kujifaragua mbele ya Watukufu," wanamuziki hao walifikiria. Mara walipata amri kuwa vyombo vyao vya muziki waviweke kando kwa sababu kutakuwa na karamu. Baada ya kufanya hivyo, kukatandikwa na kuandaliwa vyakula aina kwa aina, vitamuvitamu, vya chumvi na vya sukari. Vinywaji kama chai, sharubati za aina kwa aina, vyote vilikuwa tayari. Maandalizi yalipotimia, ukoo wote wa kifalme uliingia na kujipanga vitini kwa daraja zao wanavyojuana wenyewe. Makaribisho yakatolewa kwa Siti na kikundi chake kula karamu hiyo iliyoandaliwa maalumuu kwa ajili yao. Lakini! Kulitolewa masharti juu ya namna ya ulaji wa karamu hiyo. Walitakiwa wawe wananyang'anyana na kupakana usoni, kichwani na hata nguoni, wapokonyane mikononi na hata kinywani au hata kuokota chini na kula. Mchezo huu ulitakiwa ufanywe hadi chakula chote kilichoandaliwa hapo kimalizike, kisha wafutiane mikono yao mwilini.

Amri hii, kusema kweli, Siti na wenzake iliwachukiza, tena sana, lakini ilibidi waifanye, kwani hawakuwa na uamuzi wa kufanya vinginevyo kwa sababu amri hii ilitoka kwa mfalme. Ikabidi kazi ianze na ukoo wa kifalme vitini mwao wakiangalia huku wakitafaraji, kucheka na kuoneshana kwa furaha. Walipomaliza kula, waheshimiwa hao waliondoka huku wakiendelea kufurahi. Siti na wenzake walilipwa pesa na kupewa shukurani. Kisha walichukua ala zao na kuondoka. Hapakuwa na taarabu siku hiyo.

Walipofika nyumbani kwa Siti, ambako sasa ndio Vikokotoni, watribu hao walijiuliza na kutafakari nini tafsiri ya kitendo kile. Jibu walilopata vichwani mwao na kulikubali nyoyoni mwao ni kuwa kitendo kile cha dharau kilikuwa kwa ajili ya kuwadhalilisha na kuwasuta kuwa wao si waimbaji, wala si chochote si lolote bali watafutaji pesa na chakula tu na walistahiki kufanywa kama wanyama wa pori. Tendo hilo la ndani ya kasri ya Mfalme lilimchoma sana Siti moyoni mwake. Alihisi unyonge, lakini alistahamili na kujiwekea dhamiri hasa ya kulilipiza. Dhamiri hii aliifutika kifuani mwake na kuweka siri moyoni mwake. Alikuwa na matumaini makubwa kuwa iko siku atarudi tena katika kasri la mfalme na ataonyesha uwezo wake aliojaaliwa na Mola wake.

Nia hii iliamsha ari kubwa ndani ya moyo wa Siti kwa kuchochea azma ya kuondoa unyonge huo wa kudhalilishwa kinyama, na kuvunja kabisa uonevu wa kubaguliwa kwa ajili ya hali zao kuwa duni. Alishikwa na ari ya kufanya zoezi baada ya zoezi, nyimbo baada ya nyimbo. Matokeo yake ikawa kwamba alitunga nyimbo mpya kemkemu. Nyimbo ambazo zilipendwa sana na kumjengea sifa kubwa iliyozagaa Afrika Mashariki kote na kuleta fahari.

Siti alichanua kama ua zuri kwenye bustani inayopaliliwa na kutiwa mbolea. Ni ukweli usiokatalika kuwa mkadi uliochanua ukingoni mwa bahari ya Fumba hunukia vizuri na kuzagaa ufukwe mzima. Manukato hayo, yasiyofifia, mjini huwekwa kwenye kikuba, hasa cha bi harusi siku yake ya kuolewa, kama mfano wa penzi la maharusi hao. Hiyo ni itikadi ya asili ya watu wa Unguja. Kwa hiyo, Bi. Siti, akiwa mwana binti wa Fumba, alibeba manukato hayo na kuyatapakaza pwani nzima ya Afrika Mashariki.

Hata hivyo, pikipiki na mawe hayakuacha kurembewa. Sumu ya wapinzani ilikuwa bado ipo, hasa katika jamii ya wanawake wenzake. Vikundi vya ngoma vya wanawake vikawa vinamwimba ili kumtia uchungu, nyimbo ambazo walizikusudia kumkashifu na kumkasirisha. Kati ya hizo hii ilikuwa maarufu sana, ambayo ilifanikiwa kuubadilisha ukweli wa asili ya maisha yake:

Siti binti Saad
   Umekuwa mtu lini?
Umetoka shambani
   Na kaniki mbili chini
kama si sauti
   Ungekula nini?

Lakini wapi. Hayakuweza kabisa kuvuruga bustani wala kuliharibu ua zuri la Siti. Wapenzi wake ndani ya kikundi chake pia walimjibia kwa kusema:

Siti mtukufu
   Na ujamilifu
   Na wingi wa haya
   Na umaarufu
   Pokea Hidaya
   Ingawa dhaifu

Hata hivyo, yeye mwenyewe alitaka kuyamezea na kuyaacha yaende na upepo. Lakini yalimchoma sana moyoni kwa hivyo, kama alivyotwambia dada yake Bi. Mharami binti Saad, kuwa Siti na yeye mwenyewe alijibu kama hivi:

Siti mtukufu
   Kwa makabaila
Siti mkunjufu
   Kwa watu johala
Siti maarufu
   Kwa kula mahala

Kweli usemi wa nyimbo hiyo, ulionekana. Tanganyika aliitwa, Kenya alialikwa na Uganda alitembezwa. Kiu ya kusikia nyimbo zake iliendelea kuzidi. Ilipofika hali hii, kulitokea watu walioona mbali kwa kutambua kuwa sasa kila upande watu wanamfuata Siti, lakini hawamfuati kwa ajili ya sura au umbo lake, wala si kwa maongezi, bali kwa ajili ya sauti yake katika nyimbo zake. Nyimbo za Siti zilimgusa kila mtu. Kulikuwa na washabiki ambao hamu yao ya nyimbo hizo ilifikia hadi kiasi cha kutamani kuzipata katika sahani za santuri, kama zile za waimbaji kutoka nje, hasa Misri. Ushauri wa ndoto yao hii ulimfikia mfanyabiashara mmoja wa Kihindi. Kwa kuona namna wapenzi na washabiki wa Siti walivyokuwa wakiongezeka siku hadi siku, mfanyabiashara huyu alitambua mapema kupanuka kwa soko la sauti ya Siti na aliamua kutumia nafasi hiyo kuzitia nyimbo zake kwenye sahani za santuri, kuziuza na kujipatia faida yake binafsi. Pamoja na hayo, kama insingalikuwa hivyo, basi leo tusingalikuwa na ushahidi wowote wa sauti ya Siti wala nyimbo zake. Labda tungalibakia kutaja sifa zake tu. Mfanyabiashara huyo aliwafurahisha wapenzi wa hizo nyimbo, na kubwa zaidi alisaidia sana kumjengea sifa Bi. Siti.

Kwa hiyo, mfanyabiashara huyo alimtafuta Siti, akazungumza naye kupata makubaliano ili aweze kufanya matayarisho yaliyohitajika kuifanya kazi hiyo. Bi. Siti, kama kawaida yake, hakuwa mbishani kwa lolote ambalo litawaridhi na kuwafurahisha wapenzi na washabiki wake. Liwe zito au jepesi, yeye huwa tayari wakati wowote kuwatumikia, sembuse hili ambalo litakalomtangaza na kuwafikia wengi ndani na nje ya nchi! Hakujali juu ya kipato bali alijali mafanikio na furaha ya watu wake. Kwa hiyo, ushauri wa mfanyabiashara huyo, Bi. Siti aliupokea kwa mikono miwili bila ya kipingamizi chochote. Safari iliandaliwa kwa yeye na kikundi chake kuelekea India kwa majahazi ya Mabumu ambayo yalikuwa yakifika hapo Zanzibar kufuata pepo za msimu. Mnamo mwaka 1928, Bi. Siti na kikundi chake cha watu watano waliwasili India na kuwa katika mikono ya wenyeji wa kampuni ya *His Master's Voice*, ambayo, kwa wakati huo, ilikuwa ndio kampuni kubwa ya kutengeneza sahani za nyimbo za santuri.

Hatua hii iliongeza jiwe jingine katika kujenga historia ya Siti kwa kumfanya mwanamke wa kwanza kutoka Afrika Mashariki kurekodi sahani za santuri za nyimbo zake. Si hayo tu, bali ukurasa mwingine uliongezeka katika historia ya kipekee ya maisha ya Bi. Siti, ambaye sasa tayari alikuwa Al-anisa Siti, pale aliporejea Zanzibar kutoka huko India. Siku hiyo, kwenye kastamu ya mji wa Zanzibar, mamia kwa mamia ya watu walifika kumpokea Bi. Siti na kikundi chake kama kwamba wageni watukufu wamewasili nchini. Maajabu kama haya hayakuwahi kutokea nchini kwa mtu wa kawaida, seuze mshamba muuza vyungu. Hayo labda kwa mfalme au mgeni rasmi mkubwa wa nchi. Hakuna ambaye angeweza kutabiri tukio kama hili miaka hamsini na tisa iliyopita wakati Mtumwa alipozaliwa kule Kidutani Fumba. Hata yule mwalimu wake wa kwanza, Bw. Ali, aliyeitabiri nyota ya sauti ya Mtumwa pale alipoisikia kule Mwembetanga ikiwa bado mbichi na haijatiwa madoido, hakuweza kujua itafikia umbali wa kiasi hicho. Macho yake hayakuamini kuwa mwana wa mfinyanzi kutoka kijijini leo anapokewa kama binti wa kifalme. Hii ni bahati iliyoje kwa mtu kama huyo.

Sahani za nyimbo zake zilipotoka na kusambazwa, washabiki wa Bi. Siti walizidi, kwani sasa wale waliokuwa wakisikia sifa tu kuwa yuko Siti, waliweza kuzisikiliza nyimbo zake japo akiwa mbali na macho yao. Sahani za nyimbo zake zikawa zinasikika mikahawani, majumbani na mitaani kote. Kila unakopita, sauti ya Siti ilikuwa inasikika. Ikawa kwamba shughuli zote za sherehe za wakubwa na wenye uwezo wa kila hali hazifanywi bila Siti kuwepo. Sifa na jina lake likatukuka zaidi, na wenye wivu kadiri walivyojaribu kumpangia njia na njama za kumdhoofisha sasa zikawa ndio kwanza zinamng'arishia njia yake. Njama zao hazikuweza kabisa kufua dafu mbele ya Siti, bali alizidi kwenda juu na kustawi. Kama mkoko unavyostawi kwenye tope za chumvi ya maji ya bahari, Siti aliendelea kustawi huku watu wakimwangalia na kumpima, kwani hakuna mti unaoweza kustawi kama mkoko chumvini. Tena mti huo hutoa maua ya kupendeza na mandhari nzuri ya majani ya kijani juu ya bahari. Hayo ni maumbile ya Mola. Katika shani yake hakuna anayeweza kuyabadili. Inaonesha wazi tena kwa uhakika kuwa utulivu, subira na jitihada bila shaka huzaa matunda bora na mazuri.

Muda mfupi baada ya sahani za santuri za nyimbo zake kuingia nchini, Siti alipata mwaliko wa pili kwenda kwenye kasri la Mfalme. Mwaliko huu haukuacha kumpa wasiwasi mkubwa kwani hakujua kutatokea nini safari hii. Aliwaza yasije yakamkuta yale yaliyomkuta mara ya kwanza. Mwalimu na wanamuziki walimshauri aukubali mwaliko, ajaribu tena. Ingawa, kwa wakati huo, mwalimu wake alikuwa mgonjwa kitandani, hakuacha kumnasihi. Alimshauri aende, tena kifua mbele, bila hofu wala wasiwasi. Kama yakifanikiwa, basi lazima awabwage na kuwamaliza kabisa wapinzani wake, ahakikishe mwenyewe kuwa uvumilivu wake umetoa pigo kwa wale wote waliomkamia. Alimkumbusha kuwa majaribio ni kipimo cha uwezo, na uwezo ni kipimo cha mafanikio. Mwalimu alimweleza kuwa ile siku ya masiku kule Mtoni, ambayo matokeo yake hawakuyatazamia, ilikuwa siku waliyoanza kuimba kwa mwangaza wa jua na kuishia usiku wa manane kwa mwangaza wa karabai. Alimsisitizia kuwa wito huo huenda ukazaa jambo la maajabu kama usiku ule ulivyokuwa mwanzo wa mwangaza mkubwa wa kudumu na ulioondoa giza. Mwishowe, Mwalimu alimwombea kila la heri na mafanikio, na alimtaka katu asigeuke nyuma, bali aende mbele na atafuzu. Mwalimu, wakati anamaliza nasaha hizo, yalimtoka machozi ya furaha ya matumaini mema na alijawa na hamu ya kuiona fahari hiyo.

Siti, baada ya kukaa na kutafakari juu ya nasaha hizo, kwa kujua fika kuwa nasaha za mwalimu wake ni dira safi katika mwendo mzima wa kazi yake hiyo, aliamua kuzifuata. Akadhamiria kufanya awezalo ili ashinde, ikiwa atapewa nafasi ya kuimba. Kwa hiyo, alitunga wimbo wake maalumuu wa kuuimba huko. Aliona kuwa hii kweli ndio nafasi yake, asiiache bali atekeleze azma yake aliyoificha kifuani mwake. Wimbo wake maalumuu siku hiyo ulikuwa Kigalawa. Maneno ya wimbo huo yalifutika siri ya hekima ya kumweleza Mfalme:

> *Kigalawa*
>   *Ni sawasawa na chambo*
> *Baharini huwenda mirengo mirengo*
>   *Sivueni*
> *Shuga la sitiri mambo*

Kwenye wimbo huu, Siti alikusudia kuwa Kigalawa ni chombo kidogo katika bahari yenye meli kubwakubwa, lakini kiko sawa na hizo meli zingine baharini – kupigwa na mawimbi na kutingishika, na kazi yao wote ni kuvusha, kusafirisha na kuelea baharini. Mfano huo aliutoa kuonyesha kuwa wao ni watu, na ni sawa na hao wafalme au watu wenye uwezo mkubwa. Tofauti kati yao ni uwezo tu, lakini bado ni binadamu na mahitaji yao ni sawa na kazi za kutekeleza kwenye dunia hii pia ziko sawa. Ingawa uwezo wa utukufu unahitilafiana, kila mmoja Mungu humpa uwezo juu ya jukumu lake alilomjaalia.

Siti anaposema, "Sivueni shuga la sitiri mambo", anawasisitizia watu wake kuwa hii ni siri yao tu, wasiitoe. Ni siri iliyofunikwa haifunuki. Shuga hili ni vazi la buibui ambalo hapo awali liliitwa hivyo au Burgaa kutokana na lugha ya hao wa Yemen waliolileta Zanzibar. Kwa hiyo, kwa kusisitiza kwamba msivue buibui, lina sitiri mambo, Siti alikuwa anafananisha rangi nyeusi ya buibui na kiza ambako hakuonekani kitu.

Usiku huo, kwenye kasri la Mfalme, Siti aliuimba wimbo huo wa Kigalawa kwa hisia za maumivu ya moyo wake juu ya tendo lile walilotendewa siku ile. Mfalme mwenyewe, Malkia na ukoo wake, pamoja na wapenzi wao walioalikwa, walishangilia na kucheza kwa furaha isiyo mfano. Ilikuwa mara yao ya kwanza kufurahia hivyo kuliimbwa Nyimbo mbalimbali za Siti usiku huo. Nje ya kasri, wapenzi wengi wengine walijazana na kumsikiliza Al-anisa Siti binti Saad akiimba. Usiku huo, Siti alitunzwa bangili za dhahabu zinazoitwa timbi, ambazo kawaida huwa mbili, nene na nzito, na zenye kunakishiwa kwa aina ya kipekee. Tunzo yake hiyo ya kwanza alipewa na Malkia Maatuka, aliyemvisha mwenyewe, kwa mkono wake, papohapo hadharani.

Kwa kawaida, katika kasri la mfalme, ni mfalme pekee mwenye uwezo wa kutoa amri. Lakini, siku hiyo, ndani ya jumba la kifahari la mfalme, amri ilitolewa ambayo ilimfanya Mfalme mwenyewe, Malkia wake, ukoo wote wa kifalme, Maas-hab zake, na waalikwa wote humo kukaa kimya tutwe kusikiliza amri. Cha kushangaza ni kuwa mtoaji amri hakuwa Mfalme, bali sauti ya Bi. Siti binti Saad. Sauti nyororo iliyotoa ya leli zilizochanganywa na maneno matamu ya nyimbo zake.

Lakini, ijapokuwa sauti ya Siti iliwamiliki Waheshimiwa hivyo, na hatimaye kufanya usiku huo uwe usiku wa ushindi wake, Siti mwenyewe, alipomaliza shughuli hiyo na kurudi nyumbani, bado alikuwa na dukuduku la hasira ya yaliyomtokea kule nyuma. Bado alikumbuka joto lililompelekea kuimba wimbo huo wa Kigalawa na alilia kwa uchungu. Hata hivyo, usiku ule kweli ulikuwa usiku wa kipekee, uliojaa furaha na anasa za kusisimua.

Lakini kulipopambazuka, habari za kusikitisha zilimsubiri Siti. Aliambiwa kuwa, wakati yeye alipokuwa kwenye kasri, mwalimu wake alizidiwa na kufariki. Jambo hili lilimpa Siti majonzi makubwa, hasa kwa vile hakuwahi hata kumpa habari ile nzuri ya yaliyojiri kwenye kasri la Mfalme, ambayo hakika mwalimu wake alitarajia kuipata baada ya kumshindikiza kwa madua na kumtakia heri na mafanikio. Siti hakuwa na la kufanya ila kumzika, kuomboleza na kumwombea malazi mema. Msiba huu, Siti hakuweza kabisa kuusahau maishani mwake.

Nyimbo Zake

Mwaliko wa Siti usiku ule kwenye kasri la Mfalme ulitokana na umaarufu wa sahani za santuri za nyimbo zake ambazo zilimwongezea umashuhuri wa kuzungumzwa na wengi. Ilipofikia hali hii wapenzi na washabiki waliongezeka, hamu ya kutaka kumwona sasa ikawepo na sifa ikafika mbali zaidi. Hili ndilo lililomfanya Malkia wa Zanzibar, Bi. Maatuku, ambaye alikuwa amekulia katika muziki wa taarabuu kutokana na baba yake, Mfalme Ali Bin Hamoud, kuuendeleza muziki huo ulioletwa na Mfalme Barghash kutoka Misri, kushikwa na ushawasha wa kuzisikiliza sahani za nyimbo za Siti. Nyimbo hizo zilimfanya Malkia huyo asahau kuwa ni yeye ambaye, alipotiwa maneno ya chuki na wanawivu na mahasimu wa Siti, alimdhalilisha vibaya Siti na wanamuziki wake pale alipowaalika kwa mara ya kwanza kwenye Kasri lake. Nyimbo za Siti zilimfanya Malkia asahau kabisa kuwa hakuchukua hata subira, wala kutumia busara ya kufikiria na kumsikiliza Bi. Siti mwenyewe, bali alifuata moja kwa moja maneno ya kuambiwa na watu. Lakini sahani za santuri za nyimbo za Bi. Siti zilimfikishia Malkia ujumbe kuwa yote yale yalitokana na fitina za wapinzani, na kwamba Bi. Siti kweli alikuwa mwimbaji wa kusifika.

Ni nyimbo hizo ambazo zilimgeuza Malkia Maatuka kutoka kwenye uchochezi na chuki hadi kumjaza mapenzi na shauku ya kumsikiliza Bi. Siti na kumwona mbele ya macho yake mwenyewe. Ndipo alipochukua hatua ile ya kumwalika Siti na wanamuzeka wake kwa mara ya pili, kwa makusudi ya kuhakikisha kama, je, ni kweli ndiye aliyetia nyimbo zile kwenye sahani za santuri? Baada ya kumwona kwa macho yake mwenyewe na kustaajabishwa kwa uwezo wake, Malkia Maatuka alimfanya Siti binti Saad kuwa sahibu wake mpenzi. Kuanzia siku hiyo, Malkia hakupenda kumkosa Siti hata mara moja. Alitaka Siti awe anakwenda kwenye kasri lake la mjini kuwatumbuiza mara tatu kwa wiki.

Hayo si mambo ya kumtokea mtu tu kirahisi, hasa kwa mwanamke kama Bi. Siti, lakini nia na jitihada zake, zikiongozwa na uwezo wa nguvu ya kipaji alichojaaliwa, ndizo zilizowaziba midomo ya mafatani na wachoyo. Aliifuta kabisa ile dhana ya kuwa lazima mtu wa aina fulani ndiye awezaye kufanya mambo kama hayo. Siti alikuwa na nia isiyoweza kukubali kirahisi tu kushindwa, kwa hiyo alikuwa tayari kupigana na yeyote yule aliye mbele yake. Si kupigana kwa fimbo au ngumi, bali kwa busara na upole hadi kufikia ushindi. Japokuwa alikuwa mwanamke, tena dhaifu, dhalili na mnyonge, Siti alikuwa na moyo wa ushujaa. Hakuchoka kupigania haki yake, kidogokidogo lakini kwa uhakika wa kuwashinda hata wale walimu wake.

Si kama aliwasahau wale waliomwanzisha kule katika kikundi cha Akhwani Safaa. Laa hashaa! Hakuwa mtu wa aina hiyo. Aliwakumbuka vyema, hasa watu kama Bw. Mohamed Muhsin, Bw. Ajmi na wengine ambao walimsimamisha dede na kumuanzisha kutatua miguu yake hadi kufahamu vizuri siri zote za fani hiyo ya uwanamuziki, kama kwenda kwa mwendo unaotakiwa wa madaha na maringo. Lakini kulikuwa kati ya hao waliomfunza, walipomwona anaanza kupanda daraja, choyo kiliwajaa na kuona kwa nini mwanamke awapiku achukue nafasi yao katika nyoyo za jamii. Iweje, wao wawe nyuma yake. Nyuma ya mwanamke, tena mshamba. Waliona hilo haliwezekani ndipo walipojenga njama za chuki kwa madhumni ya kumponda na kujaribu kuwa fanya watu wa mdharau na kumchukia. Hayo waliyajua mapema tangu pale mwanzo wakati ndio kwanza wanamtambulisha kwa watu, wakati bado akiwa Mtumwa. Ndipo walipopanga njama mbalimbali na kujenga ukuta madhubuti wa konkriti ili kumzuia asifike juu.

Ilikuwa kati yao ndio waliotia ile fitina kwa Malkia Maatuka, ya kumdhalilisha ili apate kumdharau na asitamani kabisa hata kumsikiliza. Siti naye alibaini na kuyatambua hayo, ndio maana alivuta pumzi, akijitayarisha kwa kupiga hatua baada ya hatua kwa kasi moja bila kurudi nyuma wala kusita, mpaka kufika kwenye lengo lake alilolitarajia. Tujue, alilopanga Mungu, binaadamu hawezi kulipangua. Liwe zuri ama baya, litakuwa; tena litakuwa kwa nguvu, ambazo wewe na mimi hatuwezi kuzigeuza. Lakini zaidi, Siti alitaka kila mtu atambue kuwa uwezo ule, hakugaiwa na mtu wala hakuuomba, kwa hiyo hakuna atakayeweza kumpokonya kwa njia yoyote. Kipaji na busara yake ni ya maumbile na ndivyo vilivyomweka pazuri, kwani alipeleleza na kujua kwa uhakika nini jamii inataka, ndipo alipotambua tangu mwanzo kuwa iko haja ya kuwa na kikundi cha watu wa tani yake, na aliona jamii inataka kufurahi na kupumbazika katika burudani ya taarabu. Hayo ndio yaliyomfanikisha kuifanya kazi hiyo hadi kuweza kuvunja ule ukuta uliojengwa mbele yake na wapinzani.

Kila Jumatatu jioni kwa Malkia, kulikuwa na baraza ya jumla jamala, na wanawake mbalimbali hufika pale kuonana na kuzungumza pamoja na kuhadithiana mambo mbalimbali kwa furaha. Siti sasa akawa miongoni mwao akiwatumbuiza. Zaidi ya hayo, kila Jumatano jioni ilikuwa siku ya baraza ya wale mabibi wapenzi maalumuu wa Malkia ambao nao maongezi yao hujaa utani, vicheko na mizaha kati yao. Siti sasa naye alijumuika nao na kuwafurahisha kwa nyimbo zake tamu. Pamoja na hayo, kila Ijumaa kulikuwa na baraza ya usiku ambayo ilikuwa ni maalumu kwa ajili ya ukoo wa kifalme, watu wa karibu, wageni maalumu, na pengine wake wa mabalozi wa nje wa wakati huo. Chakula rasmi cha usiku huandaliwa na huwepo tafrija nyingine kama vile ngoma mbalimbali. Sasa ikaongezeka taarabu ya Mama Siti ambayo pia kwa usiku huo huwa rasmi zaidi. Wanamuziki wengine wakubwa, wakiwa na ala zao nzito, ujuzi na kila ufahari, walitamani sana hadhi na umaarufu wa Bi. Siti. Hawakutosheka kuitwa mara mojamoja tu kwenye kasri la Mfalme na walikuwa wakiinyemelea nafasi hiyo ya Siti. Lakini wapi! Aliyepewa, kapewa.

Si hivyo tu, bali Siti alitengewa sehemu maalumu katika kasri la mapumziko lilioko Kibweni ambako Malkia alikuwa akienda huko na hukaa kwa muda usiopungua miezi miwili hadi mitatu kwa kupunga hewa na kupumzika. Kwa hiyo miongoni mwa wapenzi aliokuwa akifuatana nao sasa, Siti na wanamuziki wake walikuwamo. Maalim Iddi Farhan, ambaye alikuwa akimuongoza na kumshughulikia Siti kila anapokuwepo huko katika kasri la Kibweni, aliwahi kuzisimulia tafrija zilizofanyika huko.

Kila asubuhi, baada ya Malkia na ashabu zake, bila shaka akiwemo Siti, kupata kifungua kinywa kizuri cha tunu na tamasha, kwa maandaandaa ya aina kwa aina, basi hujipumzisha kwa tafrija za muziki wa nyimbo za Siti. Kuanzia saa 4:00 asubuhi hadi saa 7:00 mchana, huwa ni wakati wa mchanganyiko wa mazungumzo, vicheko na furaha juu ya utani wa nyimbo za Siti. Kwa siku zile ambazo Malkia alitembelewa na masahibu zake pamoja na wana wa ukoo wa kifalme, mambo huzidi. Taarabu ya Siti huwa rasmi na pengine tafrija hiyo huendelea mpaka saa za jioni huku watu wakila, kunywa, kucheza na kufurahi. Kutokana na yote hayo, Malkia aliamua kumfanya Siti binti Saad mutribu wa kasri lake.

Ikawa sasa watu hawasikii, hawaoni wala hawazungumzi ila kwa vipande vya nyimbo za Bi. Siti. Kutokana na hali hii, Bi. Siti na kikundi chake waliamua kwenda tena India kurekodi nyimbo zao zilizobaki. Yule mfanyabiashara, kwa jinsi uhondo wa faida kubwa aliyoipata kwa kuuza nyimbo hizo za mara ya kwanza, alijitolea kumsaidia tena Bi. Siti kwenda India. Mnamo mwaka 1930, Siti alirudi tena India kurekodi nyimbo zake nyingine.

Alipokuwa India wakati huu, Bi. Siti alikutana na mwimbaji kutoka Misri aliyekuwa mashuhuri kwa wakati huo, Al-Anisa Ummu Kulthum. Huyu ni mwimbaji ambaye inasemekana kuwa alifanana na Siti kihistoria. Yeye pia alikuwa India kwa ajili ya kurekodi sahani za santuri za nyimbo zake. Huyu mama Umm Kulthum alifurahi sana kumwona Siti na kujuana naye. Alifurahishwa sana na kitendo cha Siti kuwa mwanamke, tena wa kwanza Afrika Mashariki, kurekodi nyimbo kwenye sahani za santuri. Aliwaandalia karamu rasmi kwa heshima ya Al-Anisa Siti binti Saad na kikundi chake.

Kitu kikubwa kilichomshangaza na kumvutia Mama Ummu Kulthum ni kuona namna ambavyo wanamuziki hao na mwimbaji wao wanavyofahamiana na kuendesha muziki bila kuwa na notisi za muziki na bado hawapotezani wala kutupana. Alitambua pia kuwa njia wanazotumia ni sawasawa na zile ambazo wanazitumia wao huko kwao kwenye muziki yao ya taarabu. Njia za Kiarabu kama vile Nahwandi, Rasti, Shura, Bayati, Sika, Hijaz na zinginezo. Mama Ummu Kulthum alishangazwa sana kumwona Bi. Siti anaimba nyimbo za Kiarabu bila kukosea, tena kwa matamshi fasaha, wakati hajui maana wala hafahamu kabisa lugha ya Kiarabu. Hayo kwa Zanzibar hayashangazi hata chembe kwani muziki huu mwalimu wake wa kwanza alikwenda kujifunza muziki huu Misri na mwalimu wa Siti alitambua mapema kuwa lazima atatakiwa kuimba kwa lugha ya Kiarabu, kwa hiyo alihakikisha Siti anasoma Kurani. Na akapikwa akapikika hata kama kwa kusoma kimatamshi tu na si kusoma na kuandika,

Mama Siti yeye, kwa upande wake, alivutiwa sana na nguvu ya sauti ya Mama Ummu Kulthum pamoja na namna alivyozimudu pumzi zake na kuweza kuipaaza sauti yake na kutoa leli kwa urefu wa muda autakao mwenyewe. Huweza kuanza papohapo na sauti yake ikafika mbali sana kwa kiasi kilekile alichoanzia bila kupungua kwa muda wowote. Siti pia alivutiwa sana na namna Ummu Kulthum alivyoliendesha kundi la wanamuziki wake kwa masikilizano na maelewano ya hali ya juu. Lakini juu ya yote, Mama Siti alipendezwa sana na muziki wa Kihindi na namna wanavyoifuatishia minenguonenguo ya miili yao kwa mujibu wa muziki, uvaaji wa nguo zao, hasa zile za kiasili, wakati wa kucheza nachi zao. Siti alivutiwa sana na jambo hilo hadi kuamua kuuchukua utamaduni huo na ndipo alipoanza kutumia mahadhi ya Kihindi katika baadhi ya nyimbo zake alizoziimba wakati akiwa huko, kwa mfano ule uitwao Arebaba Pakistan! Hindu Stan.

Ikawa kama zawadi aliyowapelekea wapenzi wake huko Zanzibar. Aliporudi

Zanzibar, aliendelea na taarabu na kuimba nyimbo za Kiswahili, na alizitia baadhi mahadhi ya Kihindi. Si hivyo tu, bali aliuanzisha uchezaji wa nachi za Kihindi kwa jina la Natak. Alipata washiriki na wapenzi kama kina Bape na wengine. Bape ni kijana wa kiume aliyemuiga Siti kucheza Natak na akijigeuza kike kwa kuvaa nguo za kike. Yeye mwenyewe Siti alikuwa akiimba na kucheza Natak kwenye shughuli za ndani tu na za wanawake pekee kwa sababu alivua ushungi na kujifunga Bwebwe.

Siti pia aliimba nyimbo za kutumbuiza maharusi, ambazo nyingi bado zinatumika mpaka leo, ila tu si watu wengi wanaojua au kutambua kuwa hizo pia ni kati ya nyimbo za Siti. Nyimbo hizo zilikuwa zinatoa nasaha, wasia na mafunzo mbalimbali juu ya maisha ya ndoa kati ya mke na mume. Ni kweli Siti aligusa maeneo yote ya maisha kwa fani hii ya muziki. Alipanua mila na utamaduni kwa kila hali. Hivi ndivyo alivyoweza kuingia ndani ya nyoyo za jamii nzima. Ikawa sasa, kila utakapopeleka jicho na kutaka kupatazama, basi utakuta Siti alikwisha paona, kupagusa na kuacha alama ya kudumu juu yake.

Kwa namna hii, Siti aliibadili sura nzima ya utamaduni wetu na kuusogezea utamaduni wa taarabu karibu zaidi kwa jamii yote ya Zanzibar na kuueneza Afrika Mashariki kote. Hakujakuwa na mwimbaji mwingine wa kike kwa wakati huo. Ndipo ule usemi usemao kuwa, "Ukimwelimisha mwanamke mmoja, umeielimisha jamii", unapojitokeza. Pia, ulikuwa mfano wa ule usemao, "Ikipigwa kisiwani huchezwa mrima".

Japokuwa Bw. Mohamed Ibrahim, ambaye alijifunza taarabu kutoka Misri baada ya kupelekwa na Mfalme Barghash, ndiye aliyeitoa taarabu kutoka kasri la Mfalme na kuipeleka uraiani, lakini bado hakuweza kuisambaza kwa umbali na undani ambao aliouweza kufanya Bi. Siti. Ingawa tumeona kuwa haikuwa rahisi kwake kuifanya kazi hii, lakini wale wanawake ambao hapo awali walimpinga na kuhofia kwamba atawatawala waume zao, baada ya kupokea na kuguswa nyoyo zao kwa nyimbo za Siti, sasa wakawa wawakilishi wazuri katika kuisambaza taarabu kila pembe ya visiwa hivi na Afrika Mashariki yote. Chuki na hasada ziligeuka kuwa mapenzi na urafiki mkubwa. Inawezekana kuwa si wote waliguswa na nyimbo, bali walivutiwa zaidi na uimbaji, na kuona kuwa kumbe na wanawake wa Zanzibar wanaweza kuimba taarabu sawa kama wanaume au wanawake wa nje. Siti aliivunja ile barafu ambayo iliwaweka wanawake katika ukimya na kuchelea kuigusa sanaa hii ya taarabu kwa kuogopa wasije wakapoteza cheo cha hiyo taarabu mbele ya jamii.

Sasa kukaanza kuchipuka kwa vikundi vya wanawake kwa kuchomoza kwa ncha mbalimbali, kama vile vilivyoanza kwa kuchangiana na kusaidiana mitaani katika shughuli za misiba na furaha; na vingine vilivyoanza kwa kusoma maulidi tu, lakini kasida zikawa zinatiwa sauti ya mahadhi ya nyimbo za Siti kwa ufundi na ustadi sana. Baadaye, vyote viliishia katika uimbaji wa taarabu.

Hizi pia zilikuwa nyakati za Vita Vikuu vya Pili ya Dunia, kwa hiyo vikundi vingi vilitumia majina ya kuonesha athari hizo kama vile Royal Air Force, Royal Navy, Golden Victory, Sahib el Arry na vingine vingi. Vilikuwa vikivalia mavazi kufuatana na majina ya vikundi vyao na vyote vilikuwa vikiimba nyimbo za taarabu, zaidi nyimbo za Siti. Kati ya vikundi hivi, vingi viliendelea kwa muda mrefu sana na, kwa wakati huo, kila mwanamke alijihisi kuwemo katika vikundi hivyo au kuwa mpenzi wa japo kikundi kimojawapo. Vikundi hivyo viliishi hadi kufikia mwisho wa karne ya 20.

Kulikuwa pia na wanawake waliochomoza na kuimba nyimbo za kuigiza za taarabu. Wanawake hao walipiga ngoma tu, iitwayo kidumbaki na kuimba. Hawa ni kama kina Habiba Msika na Fatma Baraka, au kwa jina jingine Bi. Kidude, ambaye aliipiga dumbaki na kuimba peke yake kwa kuigiza nyimbo za Siti. Huo hasa ndio ulikuwa mwanzo wa Kidumbaki. Bi. Kidude, baada ya kushirikiana na kikundi cha Sahib el Arry na kurejesha hadhi ya nyimbo za Siti, alipata wafadhili wa kumwendeleza zaidi na kwa hadhi ileile ya Siti kama kwamba Mama Siti bado yungali hai. Ni sawa kabisa kusema kuwa nyota ya Siti bado inang'ara, na inamng'aria Bi. Kidude kwa ajili ya nyimbo zake. Kweli historia hujirudia.

Zaidi na taarabu, kulikuwa na vikundi vingine vingi vya wanawake vya ngoma mbalimbali, kama vile Lelemama, Changani, Msanja na Bomu, Mkinda, Kunguwiya na Ndege lakini vyote vikiigiza nyimbo za Siti kwa ustadi kabisa kwa kufuata midundo ya ngoma zao. Kati ya vikundi vya Lelemama kulikuwapo wengine walioamua kupiga taarabuu pia, ingawa walikuwa wanalelemama kwa sababu ya kuvutiwa na taarabuu na kufahamu kuwa kumbe wanawake pia wanaweza kupiga taarabuu. Kwa hiyo, wakaamua, kwa majina yaleyale ya malelemama, kuwa na sehemu ya taarabuu katika vikundi vyao. Kati ya hao ni kikundi cha Akhuwati Safaa, ambao walikuwa na itifaki na kikundi cha wanaume cha taarabuu cha Akhwani Safaa, walioigiza nyimbo za taarabuu za Akhwani Safaa kwa kuchanganya na za Siti. Kingine ni lelemama la Ashrafu waliokuwa waitifaki wa Nadi Shuub ambao nao waliimba nyimbo za Nadi hiyo lakini hawakuacha za Siti.

Pemba nako hakukuwa nyuma. Katika wakati huohuo, kulikuwa na vikundi vya wanawake kama kina Mama Tish na wenzake, Mwambao, Mama Peponi na Nana. Lakini havikuwa na nguvu na matokeo yake ni kwamba havikudumu kwa muda mrefu lakini kote, kuliibuka vikundi, na hata Mombasa kulikuwa na okestra ya Mvita.

Nyimbo za Siti zilienea hadi kwa watoto wadogo. Waliziimba na kuziiga hadi kuonekana kama ziliimbwa kwa ajili ya michezo yao tu. Nazo zimebakia katika midomo ya watoto wa Afrika Mashariki na kurithiwa vizazi hadi vizazi. Mfano ni kama "Watoto Mnara", "Kidau cha Mpamba", "Ukuti", na "Saka mke wangu". Mama Siti aliziimba nyimbo hizi akiwa na ujumbe mzito ndani yake. Hakukusudia nyimbo hizo kuwa za watoto, bali zilikuwa na maana ya kujulikana kwa kadhia fulani, tena tofauti kabisa na watoto kama itakavyoelezwa hapo chini.

Siti pia aliimba nyimbo mahususi za kubembelezea watoto kwa sauti yake laini nzuri. Mzee Ali Hassan Mwinyi aliwahi kuisifu sauti ya Bi. Siti kwa uwezo wake wa kumwondolea mtu mawazo na kumfanya afarijike. Nyimbo zenyewe zinajulikana sana na kutajwa hadi hii leo, lakini ni wachache wanaofahamu kuwa ni nyimbo za Siti binti Saad. Tumezirithi bila kujua asili yake. Huo ni wakfu aliotuachia Mama Siti kwa jamii yote, na pengine ndio maana watu humkumbuka na kumtaja bila kujua alikuwa nani. Hakuacha mali, bali aliacha utajo, wa kutajwa na kukumbukwa. Alikuwa ghanii (karimu) wa kutoa kile alichokimiliki na kuwapa jamii.

Ni jambo la kawaida kwa ujumbe au maana halisi ya wimbo kupotea baada ya muda kupita. Watu hubaki kudhani kwamba ni maneno ya wimbo tu au matumizi mabovu ya lugha. Hii hutokea popote duniani na si hapa tu. Kwa mfano, kuna nyimbo za ngoma za utamaduni, kama vile ngoma ya bomu, ambazo huimbwa huko Uarabuni, kama vile Oman, Suur, tawala za nchi za Kiarabu, Kuwait na kwingineko, na ambazo hutumia maneno ya Kiswahili Tena safi. Lakini hao waimbao huko wakiulizwa ni nini maana ya maneno hayo, jibu la kawaida ni kuwa, "Hayo ni maneno ya wimbo tu katika ngoma, hayana maana halisi." Sababu kubwa ni kwamba kumbukumbu zihusianazo na historia za hizi nyimbo hazikuhifadhiwa wala kusimuliwa.

Hapo zamani ilikuwa ni kawaida watu kutumia nyimbo, tenzi na mashairi kutuma ujumbe. Inasemekana kuwa hata posa za kutaka mke zilikuwa zikiendeshwa na kurudi kwa ushairi na utenzi. Inakumbukwa na wazee wa wakati wa vita fulani kuwa kulitumwa ujumbe kwa nyimbo ya "Kibuzi" kwa ajili ya kuomba kuongezewa jeshi na silaha. Wimbo huu sasa hutumiwa katika mchezo wa watoto tu. Hali hii ya kutumia tenzi na mashairi ilikuwa ikionekana hadi pale mnamo miaka ya 1950 na 1960 wakati kunapofanywa michezo ya kuigiza kwenye majukwaa.

Bi. Siti, katika maisha yake ya uimbaji, hakuwa na budi bali kutuachia urithi mwingine muhimu kwa kuikuza, kuijenga na kukiongezea utamu Kiswahili kupitia nyimbo zake. Alicheza na misamiati ya Kiswahili, kuipanga kwa tasanafu ya kuvutia ili kujenga tafsiri sahihi yenye utamu pale Kiswahili cha Visiwani kinapozungumzwa.

Bi. Siti alitumia nyimbo zake kueleza matukio mbalimbali na kutoa nasaha na mafunzo kwa jamii. Zifuatazo ni baadhi ya nyimbo za Bi. Siti binti Saad, pamoja na ujumbe uliomo ndani ya maelezo.

Picha hii ya Siti binti Saad ilipigwa Feb, 1950 miezi minne kabla ya kufariki, June 1950

Bibi Arafa binti Salum, muimbaji katika taarab kikundi cha Ikhwati Safaa, 1938 - 1948. Kwake tulipata mashairi ya nyimbo nyingi za Siti na tafsiri zake.

Kulia, mtayarishaji wa kipindi juu ya maisha ya Siti binti Saad Nasra M. Hilal akimkabidhi Mh. Rais Ali Hassan Mwinyi kaseti ya kipindi hicho, Ikulu Zanzibar 1990. Katikati ni Mh. Ramadhan Abdullah Shaaban, Waziri wa Habari, Utamaduni na Michezo.

Wanachama wa Sahib el - Arry, kikundi kilichoanzishwa mwaka 1936, jukwaani Star Light Hotel - Dar es Salaam 1991. Wa tatu kutoka kulia mstari wa kwanza ni mpenzi na mshabiki wa kikundi hicho Ms. Laura Fair, mwandishi wa kitabu cha *Pastimes & Politics,* ambacho kimemtaja sana Siti.

Wa kwanza kulia ni Nasra Mohamed Hilal, katibu wa Sahib el - Arry na Mwandishi wa kitabu hiki. Wa pili yake aliyevaa mtandio ni Bi Kidude binti Baraka na wanachama wenzao baada ya kurekodi nyimbo zao, zikiwemo kadhaa za Siti binti Saad, Acrotanal, Zanzibar 1987

Bi Mwanajuma Ali wa mwanzo kulia akimtumbuiza bi harusi kwa nyimbo za Siti binti Saad. Katikati anaonekana Bi harusi amefunikwa gubigubi kwa kanga za Kisutu mahsusi kwa Bi harusi zijulikanazo kwa jina la "CHINJA WAUME".

Mama Siti binti Saadi na wanataarabu wenzake. Wa pili kulia ni Siti binti Saad akionekana na tari au rika lake mkononi,. Zamani wanataarabu walikuwa wakikaa chini.

Ujumbe na Mafunzo ya Siti Binti Saad

Siti hakupata kuwepo darasani, lakini alitufunza mengi. Kwa kutumia nyimbo zake, alieleza na kutoa habari muhimu. Wimbo kama wa Watoto Mnara. Wimbo huu huimbwa na watoto wakiwa kwenye duara na kuyagongagonga mawe chini, halafu wakimaliza wimbo na kusema, "Akosae, mfinye ukucha!", basi hupitishiana hayo mawe mbiombio, na yule anayekutwa na mawe yamerundikana kwake hufinywa na kutolewa kwenye mchezo.

Mama Siti alikusudia maana tofauti alipouimba wimbo huu. Siku moja, jirani yake, mwanamke aliyekuwa akiishi kwenye nyumba duni ya udongo ijulikanayo kama nyumba ya mbavu za mbwa alikuja kupata bwana mwenye hali nzuri na nyumba ya ghorofa. Huyo bwana alikuwa anamchukua bibi huyo na kutembea naye hadi kumpeleka kwenye nyumba yake hiyo nzuri, kumkaguza na kumtembeza humo. Alikuwa siku zote akimwahidi huyo bibi kuwa atamwoa, lakini siku zikapita bila yule bwana kutimiza ahadi yake. Huyo bwana akawa anakaa naye tu hivihivi. Bibi akachoka kuishi kwa kudanganywa na akaamua kukataa kufuatana naye. Kwa vile yule bibi alishamwarifu baba yake kuwa ana mchumba, akahisi ni lazima amtaarifu pia kuwa hataki tena kuolewa na yule bwana, kwani ni mdanganyifu na yeye amechoka kuishi hivyo bila kuolewa, kama wanavyoishi njiwa. Alikuwa tayari kuikosa nyumba ya ghorofa na maisha ya kifahari, ilimradi aondokane na huo udanganyifu. Akampelekea huyo bwana barua kumwarifu uamuzi wake huo, lakini yule bwana hakukubali na akawa bado anang'ang'ania tu na kumfuatafuata. Hivyo huyo bibi akamtaka Siti amwimbie wimbo wa maelekezo hayo. Ndipo Siti alipoimba:

Sahibu Mwandani

> *Sahibu mwandani*
> *Usifanye hila*
> *Mwenyewe sitaki*
> *Kwenda mahala*
> *Kisa kimeshindi*
> *Cha alifuleila.*

Nyumba ya udongo
  Ghorofa ya mawe
Uliponitaka
  Nilikaa nawe
Sasa sikutaki
  Sina haja nawe.

Watoto mnara
  Mnara wa njiwa
Akija baba
  Takuja mwambia
Kile kitendacho
  Kimebeuliwa
Songoro mweusi
  Kaota mkia.

Wimbo mwingine ni "Kidau cha Mpamba" na "Ukuti" ambazo ni kipande kwenye wimbo wa "Muhogo wa Jang'ombe". Katika wimbo huu, Mama Siti alikuwa anazungumzia ulevi wa gongo au tende, yaani ulevi wa kienyeji. Ulevi haukubaliki kokote, lakini, kwa wakati ule, ulikatazwa sana na walevi walikuwa wakienda maporini usiku kujificha na kunywa kizani.

Kwa hiyo Siti akauficha ulevi kwenye wimbo wake na kuuita kwa jina la "Muhogo wa Jang'ombe". Anaposema, "Ukuti wa mnazi ukiingia pepo wamtetema", alikuwa akifananisha namna mlevi anavyopepesuka huku na huko akishajaa ulevi, ni namna ya ule ukuti juu ya mnazi unavyopeperushwa na kuyumba kwa upepo. Aliendelea na ujumbe huu pale anapoimba, "Kidau cha mpamba, kipakia mawe". Hapa alikuwa anazungumzia udhaifu wa mti wa mpamba ambao, kama ukifanywa kidau tena ukipakie mawe, kitayumba na mwishowe kuzama kabisa.

Anaposema, "Muhogo wa Jang'ombe, sijauramba mwiko", Mama Siti aliweka wazi kuwa yeye hajauonja huo ulevi, ila tu aliona namna jirani yake mtaani anavyokuwa akitoka huko mafichoni ameshalewa huku akipepesuka pengine hata kufika kutukana mkewe na kugombana bure, ilhali ndio anayemsaidia shida zake hasa pale ulevi unapomtoka. Hapo ndipo anapoimba, "Msitukane wakunga na uzazi ungaliko", kwa kuwakumbusha walevi, kuwa huwahitaji walewale wake zao katika shida zao zote.

Muhogo wa Jang'ombe

Muhogo wa Jang'ombe
Sijauramba mwiko
Msitukane wakunga
Na uzazi ungaliko.

Chupa rupia nane
Tumekunywa watu wanne
Gilasini imekwisha
Nipe chupa nitazame.

Ukuti wa mnazi
Ukiingia pepo wamtetema
Kidau cha mpamba
Chapakia mawe
Ayoo Sayoo.
Ayoo Sayoo

Kwaheri thama
Kwaheri kwaheri
Mke mwamu safi
Za moyo hamna
Ukuti wa mnazi.

Watoto wamechukua kipande cha ukuti na kukiimba wakati wakizungukazunguka halafu kugeza kupepesuka na hatimaye kujibwaga chini. Kweli wameumithilisha vizuri wimbo huo.

Mtoto Alilia Kwao

Skauti na *Girl Guides* walikuwa wakiimba sana wimbo huu hasa wanapotoka kambini au wanapomaliza michezo yao ya konseti. Huimba na kuranda kwa machi maridadi huku wakipiga vinanda vya mdomo. Wengi ambao walikuwemo katika vikosi hivyo kwa zama zao si hasha hawakujua kama wimbo huo ulitokana na wimbo wa Mama Siti. Wimbo wenyewe hasa uliitwa

"Nauliwani" Mama Siti aliuimba baada ya kutokea tofauti na kutofahamiana baina yake na Bw. Subeti, mmoja kati ya wanamuziki wenzake ambaye alitokea Mombasa.

Siti alipoimba wimbo huu, alikusudia kueleza kuwa yeye ni mwanamke dhaifu maskini aliyekuja mjini kutafuta maisha, hakuwa na ubaya na mtu yeyote. Kama wabaya wapo, si yeye. Alimtaka Bw. Subeti afanye utafiti, labda huko Mombasa na kwingineko, atafute wabaya wako wapi, lakini yeye hapa mjini bado aliona kuwa ni kwao tu.

Nauliwani

> *Nauliwani*
> > *Kidege na uliwani*
> *Sili cha mtu si nani*
> > *Kidege nimefanyani*
> *Nauliwani*
> > *Kidege na uliwani*
>
> *Jelebi moto moto*
> > *`Natafuta pesa mbovu*
> *Jamani Mombasa*
> > *Yapo maua yanaliwa na ndege*
> *Ondoka ukalinde*
> > *Mauwa yanaliwa na ndege*
>
> *Mtoto alilia kwao*
> > *Huyo bwana huyo*
> *Kuimba na kumshangiliia*
> > *Filimbi ngoma zinalia*
> *Kombania*
> > *Sisi sote tuna mshangilia*
> *Mtoto alilia kwao*

Wimbo mwingine wa Bi. Siti ni wa kubembelezea mtoto. Ni mrefu sana, kwa hiyo tutaangalia vipande vichache tu vya kuonyesha mfano wa ujumbe unaotolewa.

Bembeleza Mtoto

Howani bibie howani
    Kitunguu na ubani
Dawa kuu ya mangani
    Sina muombezi kwani
Muombezi wangu nyota
    Na mwana wa Sultani
Howa bibie howani,
    Howa bibie howani

Kipande hiki kinaeleza kuwa, hapo zamani, watoto walikuwa wanafukizwa mafusho, nayo ni maganda ya vitunguu thoumu na ubani ambavyo hutumiwa kama dawa ya kuondoa mashetani mabaya au hata homa.

Silie bibi, silie
    Ukaniliza na mie
Machozi yako yaweke
    Nikifa unililie
Jipige pige makonde
    Watu wa kushikilie
Howa bibie howa,
    Howa bibie howa

Ubeti huo unaeleza namna mzazi au mlezi anavyotarajia mwanawe akue, awe mtu mzima, aje amzike yeye mzazi.

Mwanangu usije kale
    Na wazazi wangaliko
Hakupikia kijungu
    Nikulishe kwa kijiko
Kuwa mwanangu kuwa
    Kua nikupe wosia
Nikupe kundi la mbuzi
    Na ng'ombe unywe maziwa

Siku zote mama hutarajia mambo mema ya kumpa na kumfanyia mwanawe, kwani kama wazee wa kale wanavyosema, "Nyimbo njema hubembelezewa mwana", ili apate yale yanayobashiriwa kwenye nyimbo. Kwenye wimbo huu, Siti pia aliashiria mambo mengine:

> *Nilikwenda matembezi*
> > *Upande wa Bungi pwani*
> *Hakuta nguruwe dume*
> > *Lifungwa msalabani*
> *Nikakuta kijaluba*
> > *Kina karafuu ndani*
> *Kijaluba hali hii*
> > *Mwenye yu hali gani.*

Mama Siti anaposema "Kijaluba kina karafuu ndani", anatoa habari kuwa huko Bungi, nje kidogo ya mji wa Unguja, kuna ufalme, tena ni wa mwanamke kwa sababu kijaluba hicho ni cha thamani, kwa hiyo bila shaka ni cha mtu mkubwa. Anasema pia kakuta nguruwe dume amefungwa msalabani. Hapo alitumia msalaba uliochomekwa juu ya ardhi kuashiria kaburi, na kufungwa kwa nguruwe dume kwa maana kwamba mtumwa mwanamume kazikwa hapo. Yaani, pale Bungi, kuna kaburi la mtumwa mwanamume. Kwa hiyo kipande hiki kina hadithi kamili ya binti mfalme aliyekuwa akiishi huko Bungi ambaye alikuwa hajaolewa bali alikuwa akichukua mtumwa wake, hulala naye, na asubuhi humuua na kumzika ili kuficha siri yake. Aliyekuwa akifanya mambo hayo hakuwa mwingine ila Bi. Khole binti Said bin Sultan.

Kwenye vifungu vifuatayo, Mama Siti aliimba pia kuhusu maisha yake na njia aliyochukua hadi kufika alikofika:

> *Kile nini kile nini*
> > *Kilicho ng'ambo ya mto*
> *Nikiita hakiitiki*
> > *Kazi hunipa majuto*

> *Kile kidau kijacho*
> > *Hamkosi mna changu*
> *Mna ushanga nitunge*
> > *Kadiri ya shingo yangu*

Siuvai siuweki
 Wala sionyi wenzangu
Taonya mama shangazi
 Ajuaye siri yangu.

Kwa vifungu hivi, anatueleza kuhusu maisha yake tangu pale alipoanzia, alikuwa hajui kinachomjia mbele yake, na kadiri alivyojaribu kuyanyoosha maisha yake, ndivyo yalizidi kumwendea kombo, hadi kumfanya ajutie maisha aliyokuwa nayo kwa wakati huo. Lakini faraja ilipompa uso na kumpambazukia maisha mazuri, aliona hiyo ndio riziki yake na lazima aitunze. Hakuacha kumkumbuka mtu muhimu katika maisha yake, naye ni shangazi yake, ambaye alimlea na hakuchoka kumpa kila aina ya msaada aliouhitaji. Zaidi ya hayo, alimfariji na kumliwaza kwa maneno na vitendo mbalimbali, na pia alimlea na kumfunza mwanawe kazi ya jadi ya ufinyanzi. Hivyo huyo ndiye huyo tu aliyekuwa akiijua siri na shida zake, kwa raha na taabu, katika mwendo mzima wa maisha yake.

Kipande kitakachofuata kinaeleza masikitiko ya Siti juu ya yote yaliyomkuta kule kwa mume wa pili. Pale alipofukuzwa nyumbani, hadi pale alipofikia kuona bora akauzwe ili aondokane na shida zake au alau apate mabadiliko:

Nilisafiri na Bwana
 Akanitupa ulezi
Hashinda jua la kutwa
 Nami njaa siiwezi

Afadhali kaniuze
 Kwa Songoro Mnyamwezi
Tapata bibi mweupe
 Ang'arae kama mwezi.

Tukirudi tena kwenye wimbo wake wa "Kigalawa" ambao tafsiri yake tuliipitia kwa ufupi kule juu. Hapa tutauangalia wimbo mzima na maelezo ya kila kifungu.

Kigalawa

Kigalawa
 Ni sawasawa na chombo
Baharini
 Huenda mirengo mirengo
Sivueni
 Shuga la sitiri mambo

Kigalawa
 Nipeke na Mikindani
Unipeke
 Hata kwa Mwinyi Huseini
Jabu moto
 Kuingia kisimani

Tukianzia moja kwa moja katika kifungu cha pili, Siti aliendelea kutumia Kigalawa kama chombo cha kumvusha mbali ili apeleke hoja yake hadi kwa mfalme na kusema kuwa ni ajabu moto kuingia kisimani. Alikusudia kuwa shari ya wapinzani wake ni moto na subira yake mwenyewe ndio kisima cha maji. Hivyo, kama moto hakika hauwaki kisimani kwenye maji, basi subira yake itazaa heri na kuzima ile shari.

Kisha alitaka Kigalawa kimpeleke na mali yake ndogo aliyoimiliki akaiweke poni ili ajikomboe kutokana na utumwa huo wa kutawaliwa, awe huru.

Kigalawa
 Ulete mali kapuni
Na ijara
 Takupa nusu pauni
Yangu ya mkufu
 Upate kuweka poni
Si mzungu
 Wajitiaje mamboni

Alitumia neno "Si mzungu" kwa maana kuwa yale yaliyofumbwa kwa wachezwa, ambao kama si manyakanga, waliokuwa wajuzi stadi wa vifumbu kama hivyo na ndio wanaoweza kufumbua, hayatowezwa kufumbuliwa na wengine. Kwa hiyo, kama wewe si mchezwa, usiingilie hayo, hutayaweza. Yatakurema.

Akaendelea kwa kushauri kwamba ni bora mtu akatafute kile anachokihisi kitamfaa, lakini kama atakiri kuwa hajui, basi aende kwake, yeye yuko tayari kumfunza. Msikae kulalama tu na ilhali kosa ni lenu.

Katefuze
  Kilicho kipia nawe
Sitefuzi
  Uje kwangu ununue
Sijilize
  Umejipiga mwenyewe

Alimaliza wimbo huu kwa kusema kuwa yeye sasa hana shaka wala wasiwasi kwani alichonacho anajua vyema namna ya kukitumia na kukitunza. Yeye hakiuzi wala hakikodishi, bali hukitumia tu, tena atakavyo. Kwa hali hiyo, yeye halii, bali sasa ni wakati wake wa kuwanyamazisha wale waliao kwa choyo na wivu wao ambao umewabwaga. Kwa mtu aliyekosa kwa sababu ya ubaya wake mwenyewe, yeye hamjibu wala hajiulizi analilia nini ilhali kosa ni lake alilolitenda kwa kusudi. Hilo ni kosa la nyumbu kulilia usinga si wake, mali ya farasi.

Sitefuzi
  Ni kazi niijuwayo
Sipangizi
  Nakopesha wakopao
Sijilizi
  Na nyamaza waliao.

Wimbo Wake mwingine unaojulikana sana na kupendwa na kukumbukwa na wengi hadi hii leo ni "Kijiti".

Nyimbo hii inahadithia kadhia ya kweli iliyowahi kutokea Unguja. Ni kisa kinachoelezea kuhusu mwanamke mmoja kutoka Dar es Salaam aliyekuja kutembea Zanzibar na kufikia nyumbani kwa rafiki wa mumewe ili na wao wake wajuane na waweze kutembeleana. Ikatokea kwamba kulikuwa na Bwana mmoja aliyekuwa na hali nzuri kifedha ambaye, baada ya kumwona Bibi huyu, alitamani sana awe naye kimapenzi. Bwana yule akafanya kila njia ili ampate, lakini huyo Bibi alikataa. Bwana huyo akaona aibu, kwa nini mtu kama yeye akataliwe? Ndipo alipomtuma Bibi mmoja, kwa jina Kijiti, aliyesifika sana kwa uhodari wake wa hila nyingi za kuweza kumtoa mwanamke na kumfikisha kwa mwanamume yeyote aliyemtaka. Kijiti alikuwa katu hashindwi wala mitego yake haikosei kunasa akitegacho, kwa ufundi aujuao mwenyewe.

Kijiti, mara tu alipokabidhiwa kazi hiyo, hakuchelewa kupanga njama zake. Bwana huyo, ambaye alielewana vizuri na Kijiti kwa sifa ya kazi yake hiyo, aliamini kabisa kuwa hatamkosa mgeni huyo. Kijiti alianza kumtembelea dada yule mara kwa mara huku akimletea mazungumzo mbalimbali kwa moyo mkunjufu na bashasha ili aweze kuelewana naye na kumvaa. Polepole, alijenga urafiki mkubwa. Kijiti alimsarifu kwa zawadi za tunu hizi na zile, hadi mgeni akaanza kumzoea. Baada ya muda, Kijiti akaona kuwa sasa amekwishazoeana naye vizuri, kiasi cha kuweza kuaminika katika mazingira ambayo kazi yake itakuwa nyepesi kufanikisha. Katika mawindo yake ya kutafuta wakati na sababu mwafaka za kumpa njia ya kupenya na kumtoa huyo bibi, ikatokea siku hiyo kusadifia. Serikali iliandaa sherehe kubwa ambapo, kama kawaida, kulitakiwa magoma yote katika mji yafanyike kwenye sherehe hiyo huko Chukwani kwenye shamba la mfalme ili na Malkia apate kuhudhuria. Watu wote walikuwa wakienda huko kwa kutembea, kuona magoma na kufurahi.

Kijiti alipopata habari hiyo, aliona asiitupe nafasi hiyo. Bila kusita, wala kuchelewa, alimwomba yule mgeni wafuatane waende kwenye hiyo sherehe ili amtembeze kwenye magoma ya Unguja. Kwa vile Kijiti alikuwa mtu mzima wa makamo, hakuonyesha dalili zozote za uovu wala hakuweza kutiliwa shaka yoyote. Kwa hivyo mgeni hakuweza kuwa na wasiwasi wa kufikiria baya lolote lingeweza kumkuta, licha ya bibi huyo kuweza kumtendea. Na yeye, bila kusita, alikubali kufuatana naye. Kwa furaha na hamu ya kutembea ugenini, alitayarisha safari yake hiyo ya Chukwani magomani pamoja na Bi. Kijiti. Huku upande wa Kijiti, kwa siri kabisa, alimtaarifu yule Bwana matayarisho yake na mipango yote. Waliamua wampeleke Mtoni badala ya Chukwani.

Yule mgeni hakujui wapi Chukwani, wapi Mtoni au wapi Sharifu Mussa. Wala hakuelewa kuwa Chukwani na Mtoni ni benibeni kama ardhi na mbingu, moja iko Kaskazini ya mji na kwingine kuko Kusini. Walipofika Mtoni, Kijiti alimtaka wakae hapo kwanza wapumzike na kujitayarisha vizuri kabla hawajafika kwenye magoma. Wakati wakiwa hapo, Kijiti alianza kumlewesha huyo binti, na baada ya kuona amelewa sana, hajifai wala hajitambui, akajua kuwa mpango umejipa. Ndipo alipomwita yule bwana na kumwachia amfanye binti yule atakavyo. Walimfanyia vitendo vichafu, viovu, visivyoweza kusimulika, hadi yule binti kufa. Na kumbe binti mwenyewe alikuwa mjamzito. Baada ya kubaini kuwa ameshakufa, maiti huyo waliitupa barabarani Maruhubi.

Usiku huohuo, Mama Siti na jirani yake Bi. Chausiku walikuwa wanarudi kutoka kwenye taarabu Mkokotoni. Walipofika hapo Maruhubi, waliona kitu kama mtu kalala katikati ya njia. Kwa vile ilikuwa nyakati za alfajiri, waliona labda ni mlevi kaanguka. Walishuka kwenye teksi yao pamoja na dereva wao aitwaye Sumail ili kumsogeza, ndipo walipoona kumbe ni maiti. Waliweza kuitambua kuwa ni ya yule mgeni kutoka Dar es Salaam kwa sababu mwenyeji wake, Kijakazi binti Subeti, alikuwa akiishi mtaa wa pili kutoka pale anapokaa Bi. Chausiku, yaani hapohapo Mwembetanga.

Mume wa Bi. Chausiku alikuwa inspekta wa polisi. Kwa hiyo, aliporudi tu nyumbani, Bi Chausiku alimtaarifu mumewe kuhusu walichokikuta. Baada ya kufuatiliwa, ikajulikana kuwa Kijiti ndiye aliyempeleka mgeni huyo huko, kwa hiyo atakuwa anaelewa kilichomsibu au anahusika moja kwa moja na mauaji hayo. Lakini wahenga walisema "Penye udhia, penyeza rupia". Yule bwana tajiri alipoona kuwa sasa siri yake yote itatoka au labda Kijiti atapata taabu na pengine kumfichulia siri yake, alitumia fedha nyingi kumfanya jaji abadilishe kesi na kosa limwangukie Sumail, dereva wa teksi, na Kijakazi binti Subeti, mwenyeji wake yule mgeni. Kijiti na mfadhili wake wakatoka bila hatia yoyote.

Ndipo Mama Siti alipoiimba wimbo huo akiwa na uhakika na kueleza kosa hilo kwa jamii.

Kijiti

> *Tazameni Tazameni,*
> *Alivyofanya Kijiti*
> *Kumchukua mgeni,*
> *Kamchezesha foliti*
> *Kenda naye maguguni,*
> *Kumrejesha maiti.*

Tuliondoka nyumbani,
　　Hatukuaga ruhusa
Na tende yetu kapuni,
　　Tumechukua kabisa
Magoma yako Chukwani,
　　Mauti Sharifu Musa.

Kijiti alinambia,
　　Ondoka mama twenende
Laiti ningelijua,
　　Ningekataa nisende
Kijiti unaniua
　　Kwa pegi moja ya tende

Jaji alikasirika
　　Kitini alipoketi
Kasema Bilalfuli,
　　Mashahidi wa Kijiti
Takufunga Sumaili,
　　Na K. binti Subeti

Mambo haya ni ajabu,
　　Kila tukiyatazama
Kijiti kauwa mtu,
　　Na tumboni mna mwana
Kijiti kavuka mto,
　　Mashahidi wamezama

Kijiti nakuusia,
　　Darisalama usende
Utamkuta kibabu,
　　Kakuvalia kikwemde
Watu wanakuapiza,
　　Mola akupe matende.

Baada ya Mama Siti kuimba wimbo huo, watu wakaelewa kabisa namna gani kitendo hicho kibaya kilivyokuwa, na wakabaini ukweli wa jambo hilo chafu na la kusikitisha lilivyotendeka na ukweli ukawa wazi.

Mengi yalitendeka katika kila pembe ya visiwa hivi ambavyo watribu wa kikundi cha kina Siti waliviona na kuvitungia nyimbo na kuvisema. Walipotembelea Kisiwa cha Pemba kwa ajili ya kuwafurahisha washabiki wao, walifikia sehemu inayoitwa Jambangome Mgagadu ambako alikuwapo Mwarabu mmoja mkulima. Huyu bwana alikuwa na vibarua wengi waliokuwa wakifanya kazi kwake, ambao alikuwa amewachukua kutoka Unguja na Mrima. Pembeni mwa shamba lake, kulikuwa na shimo lenye kina kirefu sana ambalo lilitunzwa vizuri. Bwana huyu alikuwa mkali sana! Sana! Wafanyakazi wake walipokosa au wale aliodhaniwa wavivu wa kazi na wale wagonjwa, basi alikuwa anawaua kwa upanga halafu kuwatupa ndani ya lile shimo. Watu wote pale walikuwa wakimkhofia sana, lakini hawakuwa na la kufanya. Bi. Siti na wenzake waliporudi kutoka huko, walitoa wimbo wa Si Mji Haukaliki, lakini kwa bahati hawakubainisha jina la pahala kitendo hiki kilipotokea, bali waliuita mji tu.

Si Mji Haukaliki

Si mji haukaliki,
   Una miba unachoma
Na ahera hakuendeki,
   Tumetanguliza dhima
Na mambo hayanyooki,
   Kila siku twalalama
Lipi sisi la salama,
   Hata tukarudi hali?

Umetonesha donda,
   La moyoni limekwama
Tuna siri kuuma vyanda,
   Hatuna la kusema
Ni heri kwenda Uganda,
Au mji wa wahoma
   Lipi sisi la salama,
Hata tukarudi hali?

Kula tukijitahidi,
   Huona nyuma
Kila uchao huzidi,
   Hatuelei tunazama
Turehemu ya wadudi,
   Mwenye wingi wa rehema
Lipi sisi la salama,
   Hata tukarudi hali?

Zimeadimika kazi,
   Hapana ila likwama
Na sisi hatuiwezi,
   Kutweka na kusukuma
Bi Barkati Rasuli,
   Shafiuna Kiyama
Uondoke udhalili,
   Tusiwe ulitima
Lipi sisi la salama,
   Hata tukarudi hali?

Kwa sababu Siti na wenzake hawakuwa na la kufanya kule, waliutunga wimbo huu kama njia ya kuwafahamisha watu kuhusu mambo yaliyokuwa yakitokea huko Jambangome.

Siti binti Saad pia hakusita kueleza kuhusu wale waliokuwa wakiiba mali ya Serikali, waliokuwa wakichukua mirungura au rushwa kwa namna moja au nyingine. Alikuwa makini sana, hasa wakati kitendo kinapotokea, hakuchelewa kutoa wimbo kuyaelezea na kuwafahamisha watu ukweli. Wanamuziki hao walikuwa kama gazeti la wiki au radio isomayo habari rasmi.

Nyimbo hizo, baadhi yao huimbwa hadi hii leo kwenye mgoma za Bomu, Ni kama "Mselem Kahamia Kiyanga" ambao ulimsema Bwana Mselem, aliyekuwa karani mkuu mkusanyaji wa kodi za mapato ya Serikali. Siku moja Bw. Mselem alifanya harusi ya mwanawe kwa gharama kubwa sana. Jambo hili lilimfanya Bw. Mselem kuchunguzwa na akabainika kuwa aliiba serikalini, kwa hiyo alifungwa jela ya Kiyanga.

Siti alitoa nyimbo nyingi za aina hii, baadhi yake ni kama zifuatazo:

Wala Hapana Nasaba

Wala hapana nasaba,
　Mimi uladi fulani
Neno kama dharuba,
　La unguza kifuani
Jina lako eee! baba,
　Na jiwe zito kichwani

Kwenye wimbo huu, alitufahamisha kuwa sheria ni msumeno. Hata kama utakuwa mtoto wa watu wakubwa au kabila lako tukufu, sheria haijali. Ikishakuhukumu, ndio ishatoa hukumu, utakwenda jela. Huko, si lazima kuitwa kwa jina bali utaitwa tu "Wewe baba" au "Eee baba!" huku jiwe zito liko kichwani, yaani kifungo na kazi ngumu.

Wacheni yenu dhuluma,
　Kumyang'anya maskini
Hasa wasiosema,
　Wajinga wa ujingani
Kalamu yao daima,
　Ni wino wa kidoleni

Siti anatufahamisha kwenye fungu hili kuwa tusiwadhulumu watu kwa kuwa hawajui kusoma na kuandika, hasa wale ambao hata saini zao ni wino wa dole kubwa la mkono wa kushoto kwani si kosa lao.

Haifai udokozi,
　Kuiba serikalini
Mabuku yao ya wazi,
　Moja moja la saini
Neno la mwaka juzi,
　Huingia pekesheni

Jamaa msihadaike,
　Hayo ynagu yashikeni
Tanbihi muiweke,
　Isiwatoke rohoni
Kwa kidogo mtosheke,
　Haki yenu makarani.

El–kafa Ndugu Zangu

El-kafa ndugu zangu
    Washamba hata mjini
Mwenye kazi ya mzungu
    Maliki wa duniani
Roho mzipige rungu
    Cha mtu msitamani

Msicheze na hakimu
    Ahukumuye mezani
Bure mtajidhulumu
    Kwa aali kitu duni
Na haya mwayafahamu
    Jiti la ncha machoni

Wala hafai wakili
    Aliyesoma Londoni
Bure ataila mali
    Upelekwe gerezani
Aikaze suruali
    Akimbilie nyumbani

Msishikwe na tamaa
    Kama ipo rufaani
Hiyo nia yahadaa
    Mjitie mitegoni
Halipo la manufaa
    Ikisha pita saini

Katika wimbo huu, Mama Siti anatuelezea juu ya ukweli wa mtu aliyeiibia Serikali na sasa anajidanganya kuwa atapata nusura kwa wakili au rufaa, lakini yote hayo hayatasaidia kitu.

Mkasa mwingine ulimkuta Siti mwenyewe. Kulikuwepo tajiri mmoja aliyemtaka Bi. Siti kimapenzi, lakini Bi. Siti alimkataa. Jambo hili likamkera sana yule Bwana, kwa hiyo alitafuta njia ya kumpigisha Bi. Siti na akaahidi kuwa atakayeweza kufanya hivyo basi hata akishtakiwa yeye atakuwa tayari kumlipia faini. Alipoipata habari hiyo, Bi. Siti alitoa wimbo ufuatao ambao alijimithilisha kuwa yeye ni kama paka tu:

Wewe Paka

Wewe paka,
    Sasa napigiwani
Mimi paka,
    Sili cha mtu si nani
Ninajuta,
    Kuingia vijumbani

Naona unyonge,
    Kitu gani
Ni upweke,
    Masikini duniani
Hali sina,
    La kufanya ela mola Manan

Langu tiba,
    Imeingia na huzuni
Matilaba,
    Nimeyapat zamani
Ukizinga,
    Utarejea ngomani

Kwenye wimbo huu Siti alijitetea mwenyewe, lakini pia uliingia katika nyoyo za wanawake wengine ambao kadhia kama hii imewahi kuwakuta. Mambo kama haya huwakuta hasa wanawake wenye hali duni za maisha au wanaotoka kwenye koo za hali ya chini. Kama wimbo huu utaimbwa leo, hakika kutakuwa na wanawake watakaotokwa machozi kwani tukio kama hili hutokea hadi hivi leo. Kama halijawatokea wao binafsi basi limewatokea wengine wanaowajua, na pengine si hasha kulitokea mtu kupoteza maisha.

Mama Siti aligonga kila sehemu na aliwagusa na kuwatonesha madonda sugu wale wanyonge na maskini kwa nyimbo zake kama hizo.

Umaskini Hufanyani

Hufanyani la kufanya
  Akapendeza fakiri
Machoni akalingana
  Kwa mfano wa tajiri
Hayana Jiha hayana
  Nimekwisha takdiri

Hainuka hainama
  Na wingi kutafakari
Kula nikiyatazama
  Katu hayatasawiri
Fakiri hana salama
  Jema humfika shari

Ufakiri ni dhaifu
  Mfano kama nari
Japo uwe mtukufu
  Uwake kama johari
Lazima hufanywa dufu
  Huwi katika shauri

Ufakiri jambo zito
  Aliloumba kahari
Mkubwa huwa mtoto
  Na rijali huwa thori
Usemalo kama ndoto
  Humo katika shauri

Fakiri hukuchukia
  Ndugu wakakughairi
Ukenda hukukimbia
  Wala huna taksiri
Fakiri kitu kibaya
Mfano wake sairi

Ufakiri kama kiza
  Nakiza kisicho nuri
Jamii hukufukuza
  Wakakufanya ayari
Huna litalopendeza
  Kwa saghiri na kabiri

Nifakiri hali gani
  Sawa na mwenye kururi
Zaliwa bitakweni
  Safi minalkadari
Watu hukufanya nyani
  Aula hinziri

Fakiri uwe na mke
  Umuoe kwa mahari
Hutamani umshike
  Hukuvunja hamruri
Na mwishowe akucheke
  Kwa kejeli na jeuri

Thamma mwisho wa kusema
  Fakiri hana heri
Mkeo hukusukuma
  Akenda yake safari
Japo moyo wa kuchoma
  Huna nyongo huna ari
Tajiri halii makadirie
  Pasipo mtu kusema

Wimbo huu unatufunza kuwa ufakiri umeumbwa na Mola Manani, kwa hiyo si kitu cha kuomba, na yeyote unaweza ukamfika. Haifai kabisa kumdharau fakiri, dini zote zinatuusia kutowadharau maskini, kwani huweza kumfika kila mtu pasi na kuomba. Wazee wanasema, "Shida ina miguu, huenda kwa kila mmoja"; tena haina macho, humvaa yeyote.

Siti aliimba pia kuhusu sifa za mama mjamzito baada ya kusimuliwa na mwanamke mmoja aliyeolewa shida aliyoipata alipokawia kupata mtoto kutokana na wakwe na mawifi kuanza kumsemasema kwa majirani. Lakini, baada ya muda, mama huyo alibahatika kupata mimba na kujifungua salama. Baada ya kusimuliwa dukuduku hilo, Mama Siti aliuandika na kuuimba wimbo huu:

Uchungu wa Mwana

Uchungu hee, wa mwana hee
    Aujuae Fatuma Mzazi
Kapata taabu
    Mashaka na kazi
Ugonjwa ni suna
    Kufa ni faradhi
Uchungu hee, wa mwana hee
    Aujuae Fatuma Mzazi

Na uzawi na uzawi
    Wa tamatiti na Binti Jo
Na ni fahari ya nyati
    Uso jicho
Ah, walidhani walidhani
    Sikipati hiki kicho
Uchungu hee, wa mwana hee
    Aujuae Fatuma Mzazi

Kapata taabu
    Mashaka na kazi
Ugonjwa ni suna
    Kufa ni faradhi

Mzee Ali Hassan Mwinyi amewahi kuelezea kuwa maneno haya, "Mashaka, taabu na kazi" ni maneno matatu yenye maana tofauti katika matumizi ya lugha, lakini Mama Siti aliyatumia kwa ufundi kabisa katika kuonyesha ni kiasi gani maneno haya humkuta mama mjamzito. Hapo bado kuumwa kwake kwa wakati huo, na hata uwezekano wake wa kupoteza roho. Mzee Ali Hassan Mwinyi alibainisha jinsi maneno hayo yalivyotumika katika wimbo huo ili kuonyesha namna gani mama huyu, ingawa hakusoma, alikuwa stadi wa kucheza na lugha.

Japo kufa ni jambo la lazima kwa mwanaadamu, katika hali hii huwa liko karibu sana. Mama Siti anasema kuwa "Uchungu wa mwana aujuae Fatuma Mzazi" ili kuonyesha kuwa matatizo ya ujauzito na uchungu wa kujifungua huujua mama mwenyewe tu, si kitu kinachoweza kuelezeka au kuonekana au kutambulika, kwani hata kwa mama mwenyewe kila mtoto huja kwa namna yake.

Siti, kwa njia mbalimbali, alieleza na kutoa habari, alifurahisha na alizungumzia mapenzi kwa kila upande, kusifu sirikali na viongozi wake ambao kwa wakati huo walikuwa ni wafalme na wazungu waliokuwa wakishirikiana na mfalme. Aliimba pia nyimbo za utani na kuigiza kama vile alivyowatania waganga wa kienyeji na kupiga ugoma wa pungo. Mojawapo ni kama huu ufuatao:

Taireni

Taireni wee
   Taireni waganga
Fisi usiingie kati
   Wako mfupa Mpakani
Hee haya hee

Hapa ugoma na zumari hustawi na mtu hutoa sauti kama kapandisha shetani (na hiyo huwa sauti ya Siti).

Mwalimu umanita,
   Ni makuja
Nipangie chano,
   Nile
Nitaje jina,
   Nende zangu.

Hayo maneno ya "Umanita, nimakuja" ndivyo asemavyo shetani wa kibwengu kwa kutumia Kiswahili cha lahaja ya lugha ya shamba.

Aliwatania wakulima pale wakiwa mabondeni wakiinga ndege wasile mpunga. Kwani siku moja alipokuwa akipita na safari zake kuelekea kwenye taarabuu huko sehemu za Bumbwi Sudi, alisadifia kupita kwenye viunga vya mashamba ya mipunga, alikuta watu wamo kazini. Alipofika huko aliwatungia papo hapo wakulima hao wimbo na walifurahi sana. Alisema kwa utani kama hivi:

Maua ee maua
   Yanaliwa na ndege
Baba Jabrani
   Ondoka ukalinde
Oo Maua
   Yanaliwa na ndege
Bashi bashi
   Njoo ubebe mwanao

Umepata mtoto
   Wa matao Mangapwani
Oo njoo Ubebe mwanao
   Pale nilipomwona
Moyo ukanisituka

Hatizama
   Sina pesa hatoka haenda kukopa
Oo ee maua
   Ee yanaliwa na ndege.

Ni muhimu kufafanua kuwa hiki si kitabu cha nyimbo za Bi. Siti, ila ni lazima kuzungumzia nyimbo zake ili kubainisha kazi nzuri aliyoifanya katika maisha yake na namna alivyoibadilisha jamii yetu kwa ujumla. Hakuacha kuisifu nchi na kuwakaribisha wageni wafike Unguja. Aliimba "Unguja ni Njema Atakaye Aje". Haya ni maneno halisi ambayo yalitamkwa kwa mara ya kwanza na ulimi wa Siti binti Saad, na kwa jinsi yalivyo na ukweli, hadi leo tunayatolea mfano kwa ajili ya nchi yetu na watu wake.

Unguja ni Njema Atakaye Aje

KITAMBULISHO:
>Unguja ni njema, Daima milele
>Unguja ni njema, Ni njema ya laila
>>Atakae aje.

KIBWAGIZO:
>Atakae aje atake aje
>Unguja ni njema ni njema ya eyni
>>Atakae aje.

>Nchi ya baraka, Dahar na Enzi
>Imenawirika, Imejawa mapenzi
>Wageni wakifika wakifika Kwa kweli
>>Wanafurahika

>Wageni njoni msiwe na shaka
>Watu makarimu wasotetereka
>Aje humkirimu ya kheri
>>Hapo huridhika

>Nyote Karibuni Onoeni shaka
>Majengo ya kale ya kustaajabisha
>Mengi ya fakhari fakhari Unguja
>>Mtaburudika

>Viungo vya shani vilivyo ongoka
>Mema mandari yaliyo zunguka
>Bahari na nchi kavu nchi kavu kisiwani
>>Rabi kakiweka

>Amani na utulivu kila kukicha hakika
>Ujuzi wakila fani hapo tama umefika

Daima hata milele milele hautotoka
Njoni mtafakharika

Kati ya nyimbo alizoimba Bi. Siti, nyimbo za mapenzi zilikuwa nyingi zaidi. Nyimbo ambazo, ama ziliwapoza nyoyo wapenzi au, kama wamegombana, kuwafanya wajue hamu ya mapenzi yao, waombane radhi, wabaini kosa, na wajiliwaze.

Ewe wa imani

Ewe wa imani,
  Usiniadhibu
Moyo wa hisani,
  Usiuharibu
Maradhi hatari,
  Kukosa tabibu

Ela yafikiri,
  Mwanzo wa kutaka
Mapenzi kwa hila,
  Yasije kutoka
Wala usiize,
  Mimi wako pweka
Kisha na kuomba,
  Burudika moyo
Fanyiza busara,
  Tukae kituo
Sinisukume,
  Nionyeshe pumbao

Nawapa alama,
  Si jana si leo
Kila kiya pima,
  Siendei pumbao
Shetani simama,

Kwa wapendanao

Wimbo huu unasimulia kuhusu mpenzi anayeomba radhi kwa mpenzi wake na hadi mwisho aliomba shetani asimame, asiingie kati ya wapendanao hao na kuwakorofisha.

Nacheka Sina Furaha

Nacheka sina furaha
  Kwa nyonda zilo na gama
Moyo una majaraha
  Hunionei huruma
Usidhani la mzaha
  Pendo langu la daima

Peleleza kosa langu
  Usifanyie haraka
Sikize ya walimwengu
  Si wema kwangu kabisa
Kwaheri nakwenda zangu
  Utakuja nikumbuka

Mahaba yana sudi
  Najua tangu zamani
Inakuwa si zawadi
  Ni furaha kwa makani
Nakupenda hunipendi
  Lakini ifae nini

Nilitaraji fariki
  Niipate juu yangu
Nahawishi wanafiki
  Kunionea uchungu
Kwako haikuwa fiki
  Labda bahati yangu

Wimbo huu unaeleza namna gani mpenzi anayesononeka kwa mapenzi anavyompenda asiyempenda. Mpenzi hana raha; hata kama anacheka, bado hana furaha.

Ashairejea Suhuba ya Dai

Ashairejea
  Suhuba ya dai
Nawe zingatia
  Hayo hayafai
Nakuangukia
  Mno nafurahi

Ashairejea
  Wangu muhibaka
Nawe zingatia
  Yangu ni hakika
Nimekwangukia
  Rudi kwa haraka

Tafadhali rudi
  Nipate furahi
Moyo uburudi
  Unishe jarahi
Tengeza waadi
  Unishe jarahi

Wallahi amini
  Nimekusudia
Hutoki moyoni
  Hata saa moya
Fanya ihsani
  Upate rejea

Kwenye wimbo huu, Bi. Siti alikuwa anahadithia kuhusu mpenzi anayeomba radhi lakini hana matumaini makubwa ya kupokewa na kusamehewa na mpenzi wake, ndio maana anamwomba ampe miadi ili wapate kufurahi.

Yalaiti

Yalaiti
  Kupenda pasi kifani
Tofauti
  Sikuwekei moyoni
Sikuachi
  Leo na kesho peponi

Yalaiti
  Pendo langu la moyoni
Tofauti
  Wala shaka sina ndani
Sikuachi
Leo na kesho peponi

Sikitiko
  Nikipita mlangoni
Hamu yako
  Nawe wajua yakini
Mimi wako
  Leo na kesho peponi

Jicho langu
  Hulitupa mlangoni
Nyonda wangu
  Hatizama simuoni
Ndiye wangu
  Leo na kesho peponi

Na yeyote
  Mimi simtamani
Kwa popote
  Wala simthamini
Sikuachi

Leo na kesho peponi

Hakika wimbo huu unapendwa sana, ingawa sasa wengi huuimba kwa kufuatishia maneno mbalimbali ya mapenzi na hata muziki wanaupiga tofauti.

Yamenipoteza

Yamenipoteza
Ayuha ya eni Yako mazoweya
Yananiunguza
Moyoni kwa nia
Yameshanimeza
Ayuha ya eni Mahaba balia

Mahaba balia
   Yameshanimeza Ayuha ya eni
Mahaba bali

Ninapokumbuka
   Ayuha ya eni hukuwaza weye
Mimi huwahuba
   Yakini ujue
Nnashatitika
   Ayuha ya eni heri niridhiye

Heri niridhiye
   Nnashatitika Ayuha ya eni
Heri niridhiye

Nnakupa dalili
   Ayuha ya eni ya kunidhulumu
Ujue silali
   Kwa wingi wa hamu
Bora tajamali
   Ayuha ya eni unipe hukumu

Unipe hukumu
  Bora tajamali
Ayuha ya eni
  Unipe hukumu.

Huu wimbo unasimulia jinsi gani mpenzi anavyohangaika kwa mapenzi ya uhakika juu ya mwenzake. Anaomba asameheke kwa taabu anazozipata kwa kusononeka kwa huba.

Ukitaka Tamaduni

Ukitaka tamaduni
  Iiliyo timu
Usiwe na nuksani
  Ingia damu
Mpende mwenye imani
  Akurehemu

Ukitaka uwe wangu
  Sinikimbie
Utie pamba na maji
  Usisikie
Wanadamu si wema
  Watangulie

Tamu ya sukari
  Mawe kumeza mate
Kidomo chako chekundu
  Kana yakuti
Kukosa salamu
  Yako heri mauti

Ya Ilahi
  Nakuomba Rabana

Ya Ilahi
 Nakuomba Saidina
Ya Ilahi
 Nakuomba Maulana

Siti alikusudia wimbo huu kuwapa nasaha wale ambao ndio kwanza wameoana. Kwa vile mapenzi yao ndio kwanza mapya, huwa yana moto sana kwa hiyo, kama hawakuvumiliana na kuacha yale yote watu watakayosema, basi pendo lao linaweza kufa mara moja, kuungua na kusambaratika.

Tasiliti

Tasiliti
 Kumpata shujaa
Na bahati huenda
 Kwa wasiyefaa
Ni mauti kupenda
 Mtu tamaa
Kupenda mtu tamaa

Tasiliti
 Impatapo kiumbe
Si katiti
 Mwanadamu siombe
Ni mauti hasa
 Ukipenda ng'ombe
Ukipenda ng'ombe

Tasiliti
 Humpata mtu bora
Na bahati huenda
 Kwa asiye sura
Ni mauti
 Kupenda mtu jura
Kumpenda mtu jura

Wasio sura
　Wote ndio watendao
Kama jura
　Aliyebadili moyo
Huna ghera
　Hujui akupendae
Hujui akupendae

Maneno ya wimbo huu hasa yaliandikwa na mmoja wa wanamuziki wa Siti. Yanasimulia ukweli wa mapenzi kuwa hayana uwezo wa kuchagua. Hayana macho kwa hiyo huweza kumpenda mbaya wa sura au mtu jura, yaani mpumbavu, na mzuri akaliang'oa. Pendo ni siri ya moyo, na aliyependa ndio kesha penda, hawezi tena kumbadili katu.

Lakini katika upande mwingine, kunaweza kutokea uvunjwaji wa uaminifu na mmoja wa wapenzi kugeuka kuwa samaki mwenye nyuso mbili kwani si rahisi kwa aliyegeukwa, kukubali kumpenda mtu mmoja tena. Kwa hiyo, huhitajika mmoja aachie nafasi, ambaye huwa ndiye mnyonge kati yao, kunyoosha shingo na kuridhia, japo kwa shingo begani, kutoa nafasi kwa mwingine. Hebu tuone hapo chini namna kijana anavyomuaga mpenzi wake. Kutokana na kuwa ubavu wake ni mdogo, hahimili vishindo vya kinyang'anyiro hicho, hivyo ameamua kumwachia mwenye kifua achukue.

Kwaheri

Kwaheri thama kwaheri
　Kwaheri kwako hunioni
Kwaheri wala kwa shari
　Kwa faradhi wala suna
Kwaheri maidiari
　Ya leo sio ya jana
Kwaheri nimeliona
　Hatima ya pendo lako

Kwaheri mpenzi wangu
　Kwaheri sana
Kwaheri nakwenda zangu

Wala sikununa
Kwaheri yupo mwenzangu
   Kumuudhi si maana
Kwaheri nimeliona
   Hatima ya pendo lako

Kwaheri nimesikia
   Wala sisemi kwa dhana
Kwaheri nimeambiwa
   Watumwa kwa waungwana
Kwaheri najiondokea
   Si uzuri kukutana
Kwaheri nimeliona
   Hatima ya pendo lako

Kwaheri maidiari
   Si haja kuhadaana
Kwaheri si desturi
   Watu husameheana
Kwaheri nimeghairi
   Wajibu kuambiana
Kwaheri nimeliona
   Hatima ya pendo lako

Huu wimbo unatuonyesha ubinadamu na ukweli wa mpenzi ambaye, ingawa anapenda, yuko tayari kujitolea na kumwacha mpenzi wake ili huyo mpenzie aweze kupata furaha kwa anachokipenda. Nyimbo za Siti, ama zitakupa furaha au zitakuelekeza cha kufanya au pengine zitakuliza, itategemea ni kwa njia gani na kiasi gani zitakugusa.

Kuna wimbo wake mwingine alioutoa kwa ajili ya kueleza namna pendo huweza kumvaa mtu:

Wallahi Sadiki

Wallahi sadiki
   Batini itwae
Natanga fuadi
   Sijui mamboe
Ghaliba ni hadi
   Nighilibishie

Nighilibishie
   Wallahi silali
Tena nizidie hamu
   Na shughuli
Kuwa mbali naye
   Hughiribu akili

Taratibu sina
   Hasa kikumbuka
Yakutonena kwangu
   Kwangu ni mashaka
Na hivi ni nena
   Machozi hushuka

Wingi mkuruba
   Huja kwa werevu
Wala matilaba
   Hupati kwa nguvu
Ya ladha mahaba
   Kwa mtu mwerevu

Mtoto wa pekee wa Mama Siti, Bi. Kijakazi au, kwa jina lake hasa, Mariam binti Rajab, alimfuata mama yake mjini baada ya kuolewa na kupata mtoto wake aiitwaye Mohamed Omar. Huko mjini, Mama Siti akaanza kumwadilisha mtoto wake katika kazi ya uimbaji, na Kijakazi akawa anakwenda naye kwenye shughuli za taarabu. Kijakazi aliyaweza vizuri maelekezo yote ya uimbaji, lakini hakuweza kufikia ngazi ya mama yake.

Wakati Siti alikuwa anamfunza mwanawe, watu walianza kumsemasema, kwa hiyo Bi. Siti aliutunga wimbo huu kuwajibu:

Mkisemwa

Mkisemwa
　　Mwaona vireya
Mkitajwa shamba
　　Mwaligeya
Na ziwa la mwama
　　Ziwa hata akichezewa

Nimechoka
　　Kuzikwa ningali hai
Wenzangu wananisema
　　Kwa jirani sitembei
Naona ajabu komba
　　Kuacha papai

Moyo wa kupenda
　　Usiubadili
Usiuendekeze
　　Kwa lile na hili
Tukae kituo
　　Tusiyafikiri

Moyo wa kupenda
　　Hauna mithali
Nilipokuona
　　Nilikukubali
Kukukosa wewe
　　Kwangu ni muhali

Wimbo huo alikusudia kuwaeleza kuwa wanavyomsema, ameyasikia na pia kachoka kusemwa. Kuwa mtoto kunyonya ziwa la mama si jambo la kushangaza. Ndio maana wazee wanasema, "Mwana wa mhunzi, kama hakufua, hufukuta".

Aliongeza kutoa mawazo na joto lake kwa vipande vidogovidogo kama hivi:

Wacheni watange
  Na yao mateso
Wakiona haya
  Huinama nyuso
Kila lenye mwanzo
  Lina mwisho

Ukicha kutajwa
  Hutotenda jambo
Mja huwa sawa
  Huambiwa yu kombo
Waja kuumbua
  Ndilo lao umbo

Huna lolote

Ulijidai waweza
  Wala huwezi hunani
Mambo yamekusangaza
  La haula masikini
Asiyoweza unahodha
  Chombo wakitakiani

Waja wa zamani
  Hawana huruma
Hakuna jirani
  Wala ndugu mwema
Mtu hutendani
  Akapata wema

Embe kula
  Kwa mawe usipopowe

Sio ila shina
   Nnalo mwenyewe
La ghafula
   Pendo lisikuzuzue

Siishi njaa
   Kwa wali kisahanini
Siishi kiu
   Kwa maji ya kikombeni
Nimepata
   Nilicho kitamani

Vipande hivi kila kimoja kina maana yake na vinaonyesha mapigo yake kwa wanawivu (wapinzani wanaowaonea wivu) na wachoyo wake.

Mifano miwili ya mwisho ya nyimbo za Bi. Siti inahusu yeye kumsifu mfalme na watawala wenzake. Siti aliuimba mmojawapo wakati alipomkaribisha Mfalme Khalifa Bin Harub aliporejea nchini kutoka Uingereza. Wakati huo, tayari taarabu ya kasri la mfalme ilikuwa ikiitwa Taarabu ya Siti.

Wimbo huu wa kwanza umesifiwa na watu wengi, wakiwemo marehemu Shaaban Robert na Mheshimiwa Ali Hassan Mwinyi ambaye aliutaja wimbo huu kama mfano mzuri wa namna Mama Siti alivyotumia na kuunganisha lugha tofauti katika kuleta maana ya kusisimua na kuvutia:

Umetutoka ushiribu
   Dua Lahu dhima
Kurejea El Amiri
   Sultani muwadhama
Jamii twamshukuru
   Mola hayu-l-Kayima
Astahaki salama
   Maulana-El-lAmiri.

Maulana El Amiri
   Astahaki salama
Na taabu ya bahari
   Ya mawimbi na mrama

Takuhafidhi Kahari
  Kula safari daima
Astahaki salama
  Maulana-l-Amiri

Bwana Ibun Harub
  Ndiwe wetu mkarama
Rabi akupe hijabu
  Pasi adui kusema
Yawe yako matulubu
  Ishi mustakima
Astahaki salama
  Maulana-l-Amiri

Rabi atakunusuru
  Unusurike Imama
Pasiwe la kukudhuru
  Hadi siku ya kiyama
Ufunge ukiamuru
  Hasidi mtaraghama
Astahaki salama
  Maulana -L-Amiri

Bwana ulipoondoka
  Raia tuliinama
Sote tulidhoofika
  Tulihadhiri jasama
Na sasa umefika
  Mwili utarudi nyama
Astahaki salama
  Maulana-l-Amiri

Ilahi takuhafidhi
  Hifadhi ilo timama
Utakalo ufawidhi
  Adui akizama

Kwa kula heri ukidhi
  Ijunahi el Islama
Astahaki salama
  Maulana-l-Amiri

Rabi mzidishe hadhi
  Yastakiri makama
Umwondolee maradhi
  Milele awe mzima
Kwa baraka za Ibadhi
  Juhudi zake kalima
Astahaki salama
  Maulana-l-Amiri

Yeye na wake Shibli
  Wende Janati-n-Naima
Abdallah Jalili
  Said Muhtarima
Maulana-l-fadhili
  Atabdui shamshama
Astahaki salama
  Maulana-l-Amiri

Tamati nahitimisha
  Ndiyo mwisho wa nadhama
Rabi akupe maisha
  Wewe na wako ghulama
Hapa beti zimekwisha
  Nahofu kwako kalima
Astahaki salama
  Maulana-l-Amiri

Pia aliwasifu Waingereza wakati walipokuwa wakoloni:

Sifa za Waingereza

Namsifu Mwingereza
  Na General Smati
Bara ameitengeneza
  Ameondoa tofauti
Milima ameilaza
  Kwa suudi na bahati
Hawajui pa kuketi
  Chaka limeingia simba

Siti Alivyoitumikia Nchi Yake

Uimbaji wa kupitia ngoma za kienyeji umekuwa ukijulikana na kufanyika Unguja tangu zama za kale, kabla hata haijaingia taarabu, lakini ni Mtumwa binti Saad ambaye aliuleta karibu zaidi kwetu pale alipotatua sauti yake kule nyumbani kwa mumewe Mwembetanga. Kitendo hicho kilitufahamisha kuwa usanii wa kutumia sauti, mashairi na hata vyombo vya muziki vinaweza kuwa vya kwetu pia. Zana zilizotumiwa wakati huo zilikuwa za kienyeji, kama vile makofi, vigelegele, vifijo au hata, nyakati zingine, vigongo viwili vikigonganishwa pamoja ili kuamuru kuanza au kusitisha kwa uimbaji, au hata tu kwa kufuatisha michakacha ya sauti. Pia kulikuwa na kokwa za embe ambazo kwa ufundi zilikaushwa na kutiwa vijiwe ili zikigonganishwa zitoe sauti inayopendeza kuisikiliza. Baadhi ya zana hizi hutumika hadi hivi leo, hasa kwenye ngoma, kama vile ya Msewe.

Mtumwa alikutana na fani hii ya uimbaji tangu angali kwao Fumba, ila haikuwa kwa njia ya taarabu. *(mfano - ngoma hii ilikuwa mjini, Siti hakuijua)*, kulikuwa na ngoma ya kienyeji ambayo ilikuwa ikichezwa mwaka mara moja katika mji wa Unguja tu, wakati wa kukaribisha mwaka mpya. Ngoma hii inajulikana kama Shindwa na ilikuwa ikichezwa na wanawake tu. Japokuwa inaitwa ngoma, hakuna ngoma ya aina yoyote inayotumika katika Shindwa – ni nyimbo tu, na labda wakati mwingine kengele zilizovaliwa miguuni na kufuatishwa kwa nyimbo. Ifikapo usiku, akina mama huvaa kanga zao za kuvutia na kupita kila nyumba na kuwaamsha waliolala kwa kuimba kwa utani na furaha.

Bila shaka ngoma za nyumbani kwao zilimuumba Siti kwa kiasi fulani katika uimbaji wake. Kati ya mambo yote muhimu aliyoyafanikisha, mmoja wa urithi wake mkubwa aliyotuachia ni ujengaji wake wa lugha ya taifa letu. Haikuwa lengo lake kabisa kufanya hivyo, lakini aliifanya kwa ufasaha na kiustadi. Aliongeza maneno mengi matamu katika lugha yetu ya Kiswahili kupitia nyimbo zake, jambo ambalo wapenzi na wasikilizaji wa nyimbo hizo walivutiwa nalo na kuliigiza. Kwa utaratibu huo, jamii nzima ilijikuta inapokea na kujifunza misamiati mipya na mitamu katika mazungumzo yao ya kila siku. Si tu Unguja au Afrika Mashariki, bali Bi. Siti alikieneza Kiswahili katika kila pembe ya dunia, kupitia safari zake na mialiko mbalimbali ya kuimba na pia rekodi za nyimbo zake zilizosambaa katika idhaa za nchi mbalimbali.

Kazi hii aliyoifanya Mama Siti binti Saad ni sawa na ile iliyofanywa na wageni waliofika Unguja kwa shughuli mbalimbali. Wao waliongeza misamiati na kukichukua Kiswahili kwa kukitumia katika njia zao za biashara na mawasiliano, katika sehemu mbalimbali walizozifikia. Inajulikana kuwa, kwa njia hii, lugha ya Kiswahili ilipata mchanganyiko wa misamiati ya lugha nyingi kama Kiarabu, Kihindi, Kidachi, Kireno, Kiingereza na nyinginezo za Kiafrika. Maneno ya lugha za nje, na yale ya asili ambayo Bi. Siti aliyajaliza, yalileta ufasaha mzuri na kukifanya Kiswahili cha Zanzibar kiwe na ile ladha tamu ya kusifiwa.

Lakini, zaidi ya sauti yake na kueneza kwake kwa Kiswahili, Siti binti Saad ataenziwa kwa namna alivyokuwa jabari na mwenye kujiamini nafsi yake. Hakuwa mtu wa kukata tamaa juu ya hali ya maisha yake kwa sababu yeye alifahamu vyema kuwa kila zito halikosi ufumbuzi. Alijua kuwa nia thabiti, yenye lengo maalumu, ni msingi madhubuti wa maendeleo ya maisha. Aliamini kuwa katika maisha ya mwanadamu, hakuna lisilowezekana.

Nia yake hii ni ya kuchukuliwa mfano na kuigwa na kila mwanamke anayejali faraja ya maisha yake. Mama Siti ni miongoni mwa wanawake wachache, hasa katika kipindi cha uhai wake, alikataa kabisa kushindwa katika kupigania haki yake na kujiondoa katika unyanyaswaji, kudharauliwa na kutengwa. Alijenga mifano ya sifa nzuri ambazo mwanamke mnyonge huhitaji kuwa nazo, kama vile nia isiyokubali kurudi nyuma. Siti alifanya kazi ya kuonesha kuwa mnyonge naye ni mtu kama mtu yeyote. Kipimo cha ukombozi wa maisha yake ni cha kuigwa na mwanamke yeyote anayetaka ukombozi wa maisha bora.

Baada ya kuachana na Bw. Khamis, Siti aliamua kuishi katika hali ya ujane. Labda aliogopa au alidhani akiolewa huenda mume akamwonea wivu akamzuia kwenye raha yake ya uimbaji. Ndio, hakika walitokea wengi walionyoosha mikono yao wazi, kumtaka kwa ndoa au hata kwa urafiki wa kimapenzi, lakini Siti alikuwa akikataa na aliufunga kabisa mlango wa ndoa ili kuhifadhi heshima ya kazi yake hiyo. Alikuwa akilikimbia jambo hilo kwa kuchelea kuvunja maingiliano na mawasiliano kati ya yeye na washabiki wake. Hakukuwa na jingine lolote lililomfanya aishi hivyo.

Mama Siti alikuwa msanii, lakini aliweka mifano mingi mizuri ya heshima na nidhamu ya hali ya juu ambayo iling'arisha, ushupavu wake katika uamuzi wa kila siku wa maisha yake. Katika uhai wake, aliyagawa maisha yake katika pande mbili. Kwa upande mmoja, alifurahia starehe na anasa za dunia, na kwa upande wa pili alikuwa ni mtu wa sala na saumu katika ibada na dini. Ucheshi na mapenzi juu ya jamii kuliifanya jamii imkubali, impokee, impende na imtukuze.

Kifo cha Bi. Siti binti Saad, mwaka 1950, kiliacha msiba mkubwa na pengo kubwa katika maisha ya wengi, si tu kwa ndugu na jamaa zake, bali kwa washabiki na wapenzi wote wa sanaa ya taarabu. Mazishi yake yalihudhuriwa na umati wa watu kutoka kila pembe ya Kisiwa cha Unguja na Pemba, pamoja na watu kutoka Kenya, Uganda na Tanganyika. Alizikwa Unguja mjini, eneo la Rahaleo, kufuata mapenzi ya washabiki na wapenzi wake. Mama Siti aliacha mtoto mmoja wa kike, mjukuu mmoja wa kiume, ndugu zake Bi. Mharami na Bi. Baya, na baadhi ya virembwe.

Kwa muda mrefu baada ya kufa kwake, watu walifika kutoka sehemu mbalimbali kuja kuzuru kaburi lake na kumwombea dua njema. Usanii na kazi yake ungali unaendelezwa na wasanii wa kike na wa kiume. Kwa upande wa uzawa. Kirembwe chake wa kiume, Haji Mohamed Omar, ni mwimbaji na mpigaji muziki kwa ala mbalimbali, na pia mtunzi wa mashairi ya nyimbo. Kuna kirembwe chake wa kike, kwa jina Muharami, ambaye wengi wanatumai atabeba bendera ya nyanya wake, kwani, ingawa kwa jina ni Mharami, kwa sura, umbo, rangi na sauti, anafanana sana na Bi. Siti. Jambo la kutia tamaa zaidi ni kuwa yeye pia ni mtunzi mzuri wa nyimbo za taarabu.

Hakuna kumbukumbu maalumu iliyowekwa kwa ajili ya Mama Siti, ila shirika la Jumuiya ya Waandishi wa Habari Wanawake Tanzania (TAMWA) lilianzisha jarida lao liitwalo *Sauti ya Siti* kama ni adhama kwake. Wasanii wenzake bado hawajaweka kumbukumbu yoyote kwa huyu mama wa wasanii wa taarabu (Malkia wa Taarabu).

Mama Siti aliacha nyumba moja ndogo ya kiasi tu ya kujisitiri kama alama ya kumbukumbu juu ya familia yake. Hii ndio nyumba ambayo Marehemu Shaaban Robert alikokwenda kuonana naye. Hadi hii leo nyumba ipo na imepata matengenezo madogo yaliyofanywa na familia yake ambayo mpaka leo ndimo inamoishi. Siti hakurudi kuishi Kidutani kule Fumba labda kwa kuwa alikwisha hajiri huko na kuuzowea mji. Lakini hakuacha kuwatembelea wazee, ndugu na jamaa zake na alimchukua mjukuu wake, Bwana Mohamed Omar, akaishi naye mjini tangu akiwa mdogo. Baadaye alikuwa kama mlinzi na msaidizi wake, wakati wote anapokuwa katika safari zake zote za vijijini, hata za mwambao na mrima.

Ingewezekana kuchambua nyimbo zake zote na kukusanya misamiati iliyomo, leo tungeweza kuwa na kamusi nzuri yenye maneno ambayo labda yangalisaidia ufundi wa utunzi wa nyimbo ulioko sasa. Pengine tungeweza kurejesha heshima ya nyimbo zenye maneno yanayoficha tafsiri ambayo humfanya mtu kupekua na kuhangaika kutafuta tafsiri ya nyimbo. Inasikitisha kuona kwamba waimbaji wetu wa sasa hawana uficho wa umbile la lugha yetu ya Kiswahili unaomwachia kitendawili msikilizaji. Hiyo ndio hasa siri ya utamu wa nyimbo unakotuama.

Siti katufungulia milango ya kuendeleza sanaa hii. Kaweka njia safi kwa mifano yake mizuri ya utendaji kazi hiyo juu ya ugumu uliokuwapo kwa wakati wake, sasa ni juu yetu wasanii kujiuliza tumefanya nini au tufanye nini katika kuweka kumbukumbu yake.

Tukiyachunguza na kuyapima yote Bi. Siti aliyoyafanikisha, tutaona ni wajibu wetu kumkumbuka kwa kila hali kwa mengi aliyoyatenda na kutuachia kama alama juu ya maisha yetu ya kila siku. Binti Saad mwana wa ufinyanzi alikuwa malkia wa taarabu alilitawala Jumba la Kifalme la Malkia Maatuka kwa nyimbo zake.

SHUKURANI

MWISHO

www.ingramcontent.com/pod-product-compliance
Lightning Source LLC
Chambersburg PA
CBHW051616230426
43668CB00013B/2128